अनिर्वेद

अशोक मेहता

जिने मला संस्कार दिले, जिने माझे जीवन घडविले,

जिचे आर्शीवाद मला सतत मार्ग दाखवित राहिले,

त्या माझ्या आईस अर्पण.

अनुक्रमणिका

अनिर्वेद

प्रस्तावना

असं म्हटले जाते प्रत्येक व्यक्ति चे जीवन एक कादंबरी आहें, आणि ते सत्य आहें कारण जन्म झाल्यापासून बालपण, तारूण्य, मध्यम वय आणि वार्धक्य या त्याच्या जीवन यापन काळात असंख्य घटना घडत असतात. कित्येक घटना अनपेक्षित, काही नाट्यमय, काही दुखद तर काही सुखद! अनेक घटना नी भरलेले असते हे आयुष्य.

पुष्पा कथेत दोन वार्धक्यातील पती पत्नी चे जीवन मी मांडले आहे, उमेदीच्या काळात राजनीतिची सत्ता भोगलेली व्यक्ती सत्ता संपताच काळ बदलताच कशी लुळी पांगळी बनते आणि या नेत्याबरोबर संसार मांडलेल्या स्त्रीला अखेरच्या काळात कसे झगडावे लागतें याचे चित्रण आहे. स्वप्न वेडी कथेत आई चा गरीबीत सांभाळ करणारी तरूणी नोकरीच्या माध्यमातून इतर गरीब अनाथ महिलांना मदत करतानाच कंपनी जी तीचे उपजिवीकेचे साधन आहे ती प्रामाणिक पणे राबत असतानाच कंपनीतील मालकांच्या संघर्षाचा तीचे जीवन कसे स्थिर अस्थिर करते याचे चित्रण आहे. गल्लोगल्ली, दारोदारी फिरून चिरमूरे फुटाणे विकणारी महिला लोकांच्या आयुष्याची एक घटक बनते. या व्यवसायातून

मिळणारा तुटपुंजा पैशातून मुलाला इंजिनियरिंग चे महागडे शिक्षण देण्याचे स्वन्प पाहाते, हे करतानाच आपल्या वेड्या मुलीला घेवून विक्री व्यवसाय चालवित असतेः ऊन वारा पावसात अखंड वर्षानूवर्षे संघर्ष करणारे तीचे शरीर थकते याचाच फ़ायदा समाजातील दुष्ट शक्ति घेतात आणि भरदिवसा तीची अपंग तारूण्यात आलेली लेक पळविली जाते. मुलगाही चैनी साठी आई ला फसवितो आणि एका संघर्ष शील मातेचे जीवन बर्बाद होते हे भाभी कथा सांगते.

प्रत्येक कथेत संघर्ष, सुख दुख आणि जीवन मूल्यांचा सार आहे. त्या वाचूनच तुम्हीं अनुभवू शकता. या कथाच तुम्हाला अंतर्मुख बनवितील हे एवढं मात्र खरं!

अशोक मेहता
लेखक

१

पुष्पा

खरं तर त्यांनी आयुष्यात अनेक संघर्ष केले. अनेक निवडणुका लढल्या, काही जिंकल्या, काही हरल्या. पण ते कधीच डगमगले नाहीत. आता मात्र त्यांना स्वतःशी लढाई लढावी लागते आहे. ही लढाई त्यांना छिन्नभिन्न करून सोडते आहे.

सकाळचे कोवळे ऊन खिडकीतुन आत येऊन भिंतीवर बसले होते. त्यांचा चहा अन् नाष्टाही आटोपला होता. समोरच्या टेबलावरती आजचा पेपर पडला होता. तो उचलून घेऊन वाचण्याची त्यांना तीव्र इच्छा आहे. पण् त्यांचा चष्मा आतल्या खोलीत अडकून पडला आहे. पुष्पाने तो काल नेऊन आत ठेवला आहे. चष्म्यासाठी त्यांनी एक हाकही दिली. मात्र आतून प्रतिसाद आला नाही. पुष्पा कामात गर्क असेल. कदाचित असेही असेल की, त्यांचा आवाज आता त्यांना साथ देत नसेल. उजव्या हाताचा अंगठा व तर्जनी कपाळावर ठेवुन ते कपाळ दाबु लागले. मग अस्वस्थ होऊन ते बसल्या जागीच कलंडले. अन् त्यांनी डोळे मिटून घेतले.

उघड्या खिडकीतून वाऱ्याची जोराची झुळूक आत आली, की टेबलावरच्या पेपराची पाने फडफडायची. त्यांना अस्वस्थ व्हायचे. मग ते स्वतःशीच झगडायचे. झुळूक थांबली की सारं शांत व्हायचं. त्यांना थोडं हायस वाटायचं. काही वेळाने पुन्हा झुळूक, पुन्हा फडफड अन् त्यांचे झगडणे. खरचं माणूस वार्धक्याने, संकटाने, अवती भोवतीच्या परिस्थितीने जेवढा तुटत नाही, तेवढा तो आतून खचला की तुटतो, कोसळून, ढासळून पडतो.

खरं तर त्यांनी आयुष्यात अनेक संघर्ष केले. अनेक निवडणुका लढल्या. काही जिंकल्या काही हरल्या. पण ते कधीच डगमगले नाहीत. आता मात्र त्यांना स्वतःशीच लढाई लढावी लागते आहे. ही लढाई त्यांना छिन्न-भिन्न करुन सोडते आहे.

ते विचारमग्न असतानाच पुष्पा तिथे आली. तिने टेबलावर पाण्याचा ग्लास ठेवला. मग त्यांना आवाज देत म्हणाली, “किती वेळा डॉक्टरांनी सांगितलंय .... फार विचार करीत बसू नका....... सारखे अंथरुणात पडून झोपू नका.... पण तुम्ही कुणाचे ऐकाल तर ना !... किती काळजी करायचे तुमची... औषधाच्या गोळया घ्या बघू आधी....!”

मग टेबलावरच्या गोळया उचलून आज्ञाधारक लहान मुलाप्रमाणे ते त्या जिभेवर ठेवतात. पाण्याचा घोट घेतात. गोळया गिळतानाही आता त्यांना त्रास होतो. पुष्पा पाण्याचा ग्लास घेऊन मागे फिरते तसे शूss आवाज करीत खुणेनेच तिला थांबायला सांगतात. मग ती पाण्याचा ग्लास टेबलावर ठेवते. त्यावर पुस्तक झाकते. त्यांना वाटते चष्मा मागावा. पण तिला त्रास नको असे

वाटून ते गप्प राहतात.

पुष्पा पूर्वी किती घडाघडा बोलायची. दोघे सारी रात्र बोलत काढायचे. कामाच्या व्यापातून दोघांनाही बोलत बसायला वेळ मिळायचा नाही. जेव्हा सवड मिळायची तेव्हा पुष्पा आपले मन मोकळं करायची. एकदा पुष्पाने बोलता बोलता अचानक विचारले, "मुंबईत तुम्हाला कधी आठवण येते का हो माझी?" तिच्या या अनपेक्षित प्रश्नाने किती दचकले होते ते त्यावेळी? मग मात्र कुठलाच आडपडदा न ठेवता खंर खंर सांगून टाकलं त्यांनी!

ते म्हणाले होते, पुष्पा! खरं सांगितलं तर तू माझी घृणा करशील. पण तरीही मी खोट सांगणार नाही. तुला राजनीती वरून जेवढी गोंडस दिसते ना तेवढीच ती आतून नासकी, कुजकी अनविद्रुप आहे. ती दुसऱ्याला नियमाने चालायला भाग पाडते. पण तिला मात्र कुठलेच नीतीनियम लागू होत नाहीत.

मग तिच्या केंसातून हळूवारपणे हात फिरवित ते पुढे म्हणाले होते, "राजनीतीच्या आखाड्यातील आम्ही मल्ल मुंबईच्या डान्सबारच्या आखाड्यात उतरतो. अधूनमधून तिथंच आमची सत्तेची आखणी, डाव प्रतिडावांची मांडणी चालते. हे करताना तिथेच आम्ही बेशरमपणे ज्याला जसा भावेल तसा प्रणयाचा खेळ खेळत राहतो. त्यावेळी ना कुणाला स्वतःची शुध्द, ना कपड्याची. जो तो मादक धुंदीतच."

हे ऐकून पुष्पा स्तंभित होऊन आर्श्चयाने त्यांच्याकडे पाहातच राहिली. मग म्हणाली होती, "छे! छे! हे कसं शक्य आहे? खोटं सांगताय तुम्ही!"

त्यावर ते म्हणाले होते, "राजनीती हाच मुळी पाशवी,

निष्ठूर माणसांचा खेळ आहे. त्यात एखादे मोठे नीच कृत्य करण्याआधी अशी छोटी छोटी गलिच्छ, घाणेरडी कृत्ये करावीच लागतात. त्याशिवाय राजकारण्याचे मन निगरगट्ट बनत नाही."

"नाही.... नाही.... तुम्ही हे सारे खोटे सांगताहात!" असे निराशेने किंचाळत पुष्पा आक्रंदली. मग घायाळ हरिणीप्रमाणे टिपे गाळीत म्हणाली होती, "तुम्ही जे सांगितले ते खरे नाहीच मुळी. तुम्ही लोक तर वासनेचे भुकेले आहात. ही भूक शमविण्यासाठी तुम्ही ही पाशवी कृत्ये करता. हे करताना तुम्ही आम्हा स्त्रियांच्या मनाचा विचार केलाय का कधी? सीता सावित्रीचे फोटो आमच्या खोल्यात टांगायचे अन् स्वतः मात्र उकिरडे फुंकत हिंडायचे. सीता सावित्रीचे रूप घेऊन आम्ही जगायचे त्यातून कुणी बंडखोरी केलीच, आपले वागणे ताल सोडून बेताल बनविलेच तर सारे गाव थुंकते तिच्यावरती? मग तुमच्या बेताल वागण्यावर कुणी का थुंकत नाही? कारण तुम्ही पुरुष आहात ना?"

त्यावर ते म्हणाले होते, खरं आहे तुझं! खरंच आमच्यावर कुणी थुंकत नाही. उलट कुठल्या रेल्वे स्टेशनवर उतरलो, वा कुठल्या गावी गेलो की लोकांची गर्दी पुष्पहार घेऊन उभी असते, स्वागताला! पण ते सारे दिखावू आहे. खरे सत्य हे आहे की, माझी धर्मपत्नी पुष्पाच आज माझ्यावर थुंकते आहे. हे गलिच्छ जीवनच मला माझी पत्नी, मुले, घरापासून दूर फेकते आहे.... निर्लज्ज, अशिष्ट, व्यभिचारी जगणे भाग पाडीत आहे.

मग किंचाळीतच पुष्पा उतरली होती, "हे असले गलिच्छ जगणे मग दूर का फेकीत नाही तुम्ही?"

त्यावर ते उतरले होते, “माणसांचा सारा उद्योगच इतरांपेक्षा भव्योदात्त संपादन करण्याचा असतो. मग ते सत्ता, प्रसिध्दी, किर्ती, नावलौकिक, संपत्ती आणि वैभव याच्या मागे धावत सुटतात. त्यांना त्याची नशा चढते. योग्य की अयोग्य, चांगली की वाईट याच्याशी त्यांना देणं घेणं नसतं. फक्त ते मिळवत राहणं, एवढंच त्याचं लक्ष्य असतं. खरं सांगायचं तर आजचा हा समाजच परावलंबी बनत आहे. सारं काही बाजारात तयार मिळतं यावर त्याची दृढ श्रध्दा आहे. त्यामुळेच आजचे समाजं जीवन बाजारी बनले आहे. त्यात जो तो आपली बाजारमूल्ये तयार करतो आहे. राजनीतीच्या क्षेत्रात मी तेच केलं. त्यातूनच मी माझं कुटुंब पोसलं. बारबालेने तिच्या पैशातून तिचं कुटुंब पोसलं. जो तो ज्याच्या त्यांच्या प्राक्तनात लिहिलेले विधिलिखिताप्रमाणे जगतो आहे.”

आतल्या खोलीतून पुष्पा परत आल्यामुळे त्यांच्या विचाराची तंद्री भंग पावली. आतून आणलेला चष्मा त्यांच्या हाती देत पुष्पा म्हणाली, “पूर्वीपेक्षा तुमची तब्येत खालावली आहे. उगीच कशाची तरी काळजी करत बसू नका.”

मग त्यांनी मान वर करून तिच्यावर नजर टाकली. खरंच पुष्पा किती बदलली आहे. शांत, धीरगंभीर, आता पूर्वीसारखी शब्दाशब्दावर प्रश्न करीत नाही कि कशावरही वाद घालीत नाही. आजची घरची परिस्थिती खरं तर भयानक आहे. त्याने ती थिजून, गारठून जायला हवी होती. समाजाने बदनाम करून फेकून दिलेल्या राजकारण्याची पत्नी व वाया गेलेल्या मुलांची ती आई होती. वार्धक्याच्या काळातच संकटांनी चारी बाजूने तिला घेरले होते.

कालच धाकट्याचे पत्र आले होते. अगदीच त्रोटक. धाकटी सून आजारी असल्याचे. त्यावेळी वाचून पत्र हाती देत पुष्पा म्हणाली होती, "धाकट्याचे आहे."

स्वयंपाक घरातली आवराआवर करून पुष्पा आली आणि न बोलताच बेडवर पहुडली. काही क्षण कुणीच बोलले नाही. मग त्यांनाच वाटले, पुष्पा नक्कीच कुठल्या तरी चिंतेत असावी. मग त्यांनी विचारले होते. "पुष्पा! काय झालं? कसला विचार करते आहेस?

त्यावर ती म्हणाली होती, "काळजी वाटते धाकट्या सुनेची! मग वाटतं होईल हळुहळु ठीक ! तुम्हाला इथं अशा अवस्थेत सोडून मी जाऊ शकत नाही. थोडे पैसे पाठवावेत म्हणते! पाठवू या का त्यांना पैसे?"

तिच्या या शब्दांनी ते एकदम चमकले, मग संयमी स्वरात म्हणाले होते, "आपल्याजवळ तरी काय उरलंय आता? सारं काही आधीच पोरांना देऊन टाकलंय. कशी तरी चटणी भाकरी मिळते एवढंच!"

त्यावर पुष्पा म्हणाली होती, "द्यायचं ठरवलं तर आणखी थोडी मदत देऊ शकतो त्यांना! माझ्या दोन पाटल्या आहेत. त्या मोडून देऊया त्यांना पैसे. नाही तरी म्हातारपणी या पाटल्या घेऊन कुठे मिरविणार आहे मी?"

ते स्तब्धपणे हे सारे ऐकत राहिले. मग म्हणाले होते, जशी तुझी इच्छा असेल तसे कर? नंतर डोळे मिटून ते पुन्हा विचारमग्न झाले होते. सत्तेच्या माध्यामातून केवढे वैभव गोळा केले होते आपण, पण पोरांनी साऱ्या संपत्तीची वाट लावली. अन नशिबी हे दारिद्र्य आले. हे सारे दुःख पुष्पा विसरली. पण आजही ती आपले

कर्तव्य विसरली नाही. माझ्यासारख्या लोळागोळा होऊन कोपऱ्यात पडलेल्या म्हाताऱ्याला खरं तर तिला काही विचारायची गरज नव्हती. ती हातातल्या पाटल्या मोडून परस्पर पैसे पाठवू शकली असती. मग तिने हे असे का वागावे? ती माझ्यावर दया तर दाखवित नाही ना!

पुष्पा आतल्या खोलीत निघून गेली होती. त्यांनी केसमधून चष्मा काढला. तो ही जुनापुराणा झाला होता. चष्म्याच्या काड्या ढिल्या पडल्या होत्या. कांचा धुरकटल्या होत्या. नवा चष्मा घ्यायला जवळ पुंजी शिल्लक नव्हती. विचार करीत करीतच पेपर उघडताच सत्ताधारी पक्षात फूटः सरकार कोसळण्याच्या मार्गावर, शालेयं पोषण आहारात विषबाधा : १४० मुले रूग्णालयात, कॅब्रे क्लबवर छापा : २० मुलींना अश्लील वर्तनाबद्दल अटक, भररस्त्यात तरूणीचे अपहरणः मंत्र्याच्या मुलावर संशय, विद्यार्थिनीशी अश्लील चाळे : शिक्षक अटकेत, विधानसभेत चप्पलफेक, धुक्काबुक्की.

ज्या देशात सत्य, अहिंसा, सेवा, त्याग, बंधुभाव, देशप्रेमाची मूल्ये पूजली जात होती. त्याच देशात आज हिंसा अन अश्लीलतेचे तांडव माजले आहे. ज्या देशातील देशभक्त हौतात्म्य, तुरूंगवास पत्करत होते त्याच देशात आज अराजक माजले आहे. आज रस्त्यावर, हॉटेलात, शाळांमध्ये अन विधानसभेतही नीतीमूल्यांचा ऱ्हास होतो आहे. छोटी छोटी गलिच्छ, घाणेरडी कृत्ये करीतच मोठे नीच कृत्य करण्याची तयारी तरी करीत नाही ना हा समाज?

मग त्यांनी पेपर बंद करून बाजूला ठेवला. पुन्हा ते विचारात गुरफटले. गरिबी, दारिद्र्याने बालपण

खाल्ले. नोकरी करीतच शिक्षण घ्यावे लागले. मग माता पित्याच्या इच्छेखातर विवाह मग स्वतःचा छोटा संसार, त्यात दोन मुलांची भर. नोकरीचे रहाटगाडगेही चालूच. हे करतानाच सामाजिक कार्यात रूची. त्यातून सहकारी संस्थेच्या अध्यक्षपदी निवड. मग कर्तृत्वाला बहर. मग लहान, मोठ्या पदांवर निवडी. पदे सांभाळत सांभाळत निवडणुका अन मंत्रीपद. सत्तेतून घरात पैशाची बरसात. या पैशातून मुलांच्या सुख खरेदीला सुरूवात. शिक्षण, करियर, भविष्य यापेक्षा वेगळ्या मार्गाने मुलांचे भरकटणे. पुष्पाचा त्यांना आवर घालण्याचा प्रयत्न. पण त्यात तीला अपयश.

काळ बदलला राजनीतीही बदलू लागली. राजकारणात नवी पिढीही उदयाला आली. आता कोण कुणाचा आदेश मानत नव्हते. विरोधी गट दिवसेंदिवस प्रबल बनत होता. अखेरची विधानसभेची निवडणूक ते निकराने लढले. पाण्यासारखा पैसा खर्च केला. पण मुलांच्या भानगडी, कार्यकर्त्यांच्या गैरवर्तनाने ते बदनाम ठरले. निवडणुकीत त्यांचा दारूण पराभव झाला. या निवडणुकीने त्यांना कर्जबाजारी केले. त्यांची समाजातील उरली सुरली पतही संपली. मुलांनीही त्यांना बाजुला टाकुन वेगळा मार्ग धरला. आयुष्याची लढाई ते आता हरले होते. हीनदीन बनले होते. त्यांची ही अवस्था पाहून पुष्पा मनोमन खचत होती, रडत होती. तरीही त्यांना धीर देत होती. जगात सर्वात मोठी लढाई लढली जाते ती भाकरीची. पुष्पाला आता कळून चुकले होते. वृध्द, असहाय्य, लुळ्या पांगळ्या पतीचा सांभाळ करीत वार्धक्यातही ही लढाई आता तिलाच एकटीलाच लढावी लागणार आहे.

२
स्टाईल

वय जरी झाले असेल तरी छानछौकीत, फॅशनेबल राहायचा मला शौक आहे. जाता, जाता चुकून जरी एखाद्या युवतीने माझ्याकडे नेत्रकटाक्ष टाकला तर सिनेमातल्या बुजुर्ग हिरोप्रमाणे अजूनही आपलं मार्केट टिकून आहे, असं मला वाटतं. परवा मात्र मला मोठा धक्का बसला. केस विंचरताना बायकांच्या विंचरण्याप्रमाणे केसांचा पुंजका कंगव्यात आला. आपणास टक्कल पडणार या कल्पनेने माझ्या उरात धडकी भरली.

तातडीने मी माझे हेअर स्टाइल सल्लागार पांडोबा न्हावी यांना गाठले. त्यावेळी त्यांनी एकाची चंपी पूर्ण केली होती अन् आता ते दुसऱ्याच्या तोंडाला साबण फासत होते. मला दुकानच्या दारात पाहताच पांडोबांना धक्का बसला. साबणाचा ब्रश खाली ठेवत खुर्चीतल्या मामाला "एक सेकंद" म्हणत ते बाहेर आले. घाबरून म्हणाले, "का हो साहेब! एवढे नाराज का? चेहरा पण सुकलाय तुमचा?" केंस झडल्याची दुःखद घटना मी त्यांना सांगितली. तसे त्यांच्याही डोळ्यात टचकन पाणी भरलं. डोळे पुसतच ते

म्हणाले, तुमच्यासारखं मालदार गिऱ्हाईक तुटलं तर मग आम्ही जगावं कस? मग स्वतःलाच धीर देत म्हणाले, "बरं असू दे. काही तरी मार्ग काढू यातून!"

तसे माझे हेअर स्टाईल सल्लागार पांडोबा दर पंधरवड्याला माझे केस कापायचे. ते कापताना आज कुणाची हेअर स्टाईल करायची याचाही सल्ला देत. पहिल्यांदा त्यांनी माझी देव आनंद स्टाईलने हजामत केली होती. मग जितेंद्र, राजेश खन्ना करीत अमिताभपर्यंत पोहचले होते. नंतर शाहरूख, अक्षयकुमारही झाला. आता ते हनी सिंग, रणबीर कपूरसारखे केस कापूया म्हणत होते.

दुर्दैवाने ही दुर्घटना घडली. तरीही त्यांनी हार मानली नाही. मला धीर देत म्हणाले, "साहेब! चमनगोटा करूया का? आताच्या तरूणात हीच फॅशन आहे. सगळे केस भादरले की पुन्हा ते नव्या जोमाने पण उगवतील. मग काय स्टाईल पे स्टाईल, बघा कशा पोरी मग तुमच्याभोवती गोंडा घोळतील त्या!. मलाही त्याचा सल्ला पटला. खुर्चीवर बसतंच मी म्हणालो,"काय करायचे ते करं बाबा!" त्याने वस्तरा काढून माझे डोके भादरले.

पावडर लावून चकाचक केलेला गोटा घेवून मी घरी आलो तर दारातच "खि...खि... खूक... खूक..." करीत सौ. ने माझे स्वागत केले. संधी साधून शेजारणींनीही सौ. ला गाठले. मग हळूच विचारले, "वहिनी! साहेबांचे वडिल तर हयात आहेत. मग त्यांनी चमन... पोरीची छेड काढताना पोलिसांनी पकडून गोटा केला नाही ना त्यांचा?.." तशी सौ. घाबरून म्हणाली, "छे! छे! आमचं येडं ह्या वयात सिनेमा बघून फॅशन करतंय! बघितला

असेत कुठल्या तरी टकलू हिरोचा सिनेमा."

ऑफिसातील सहकारी माझ्याकडे सहानुभूतीने पाहात होते. रमेश म्हणाला, "निदान मला तरी कळवायचंस मित्रा! तुझ्या वडिलांना मी खांदा दिला असता." मी म्हणालो, "अरे! रम्या काय पण बरळू नकोस. बाबा धडधाकट आहेत. फॅशन म्हणून केस कापलेत!" हसतच रमेश म्हणाला, "धन्य आहे तुझी!" तेवढ्यात क्लार्क शिंदे म्हणाले, "साहेब! श्रध्दांजली सभा हॉलमध्येच घ्यायची ना? फोटो, हार, फुले, उदबत्ती, हळदीकुंकू आणतो." वैतागत मी विचारले. "कुणाला श्रध्दांजली?" शिंदे बावरून म्हणाला, "अलका मॅडम म्हणत होत्या. साहेबांच्या सौ. गेल्या."

चमकून मी अलकाकडे पाहीले. ती खट्याळपणे हसत होती. अलका नोकरीला लागल्यापासून मी तिच्यावर लाईन मारतोय. आजपर्यंत तिने दाद लागू दिली नव्हती. आज मात्र ती उघड फिरकी घेत होती. मी चेष्टेचा विषय झाल्याने आता अलकापुढेही हार मानावी लागली.

स्टॉपवर आलो तोवर रिक्षा जवळ येऊन थांबली, "बसा साहेब!" म्हणताच बसलो. रिक्षा भरधाव वेगाने घाटावर आली. मी चमकलोच, "अरे! इकडे कुठ?" रिक्षा चालक म्हणाला, "मला वाटलं! पिंडदान..." त्याच्या हातात पैसे देत मी झटकन खाली उतरलो. तेवढ्यात घाटावरील ब्राम्हणांनी गराडा घातलाच. "साहेब! आलाच आहात तर कुणाच्या तरी नावे पिंडदान कराच" मग पितरांसाठी पिंडदान करण्यास ५०० रु.ची नोट त्यांच्या हाती ठेवत मी सुटका करून घेतली.

३

ढोलचीवाला विठोबा

दारिद्र्याने पिचलेला, निराशेने ग्रासलेला त्याचा बाप म्हणा नाही तर वडिल म्हणा तो असहाय्य जीव इहलोकीची यात्रा संपवून गेला होता. तो अन् त्याची आई प्रेतापुढे बसले होते. शेजारच्या मळ्यातल्या दोन म्हाताऱ्या पण त्यांच्या शेजारी बसल्या होत्या. पण सारेच गप्पगार. जणू साऱ्यांनाच रडायला सुध्दा कुणाची तरी भिती वाटत होती. मारूती पाटील दारातच बसले होते. त्यांनी गावात सांगावा धाडला होता. ते आल्यावरच अंतिम संस्कार होणार होते.

विठ्ठल तमाशात ढोलची वाजवायचा. त्या परिसरात त्याला “ढोलचीवाला इठू” म्हणुन लोक ओळखायचे. ह्याच्या हाताची थाप ढोलचीवर पडली की ढोलची कडकडायची. त्या तालावरती कौसल्याचे पाय स्टेजवर थिरकत राहायचे. त्यांच्या ताल, सुराला लोक भरभरुन दाद द्यायचे. तमाशाची कनात डोक्यावर घ्यायचे. हवेत फेटे उडवायचे. गावागावात, गल्लीबोळात त्याकाळी कौसल्याच्या नावाची, विठुच्या ठेक्याची, कौसल्याच्या

सौंदर्याची चर्चा चालायची. दिवस दिवस लोक त्यावरच बोलत राहायचे.

कौसल्या देखणी होती. उंचपूरी होती. काळेभोर लांबलचक केस, गोरीपान भरगच्च देह, कपाळावर कुंकवाचा रुपयाचा टिळा. केसांत अंबाडा. पायात पैजण, हातात हिरवा चूडा, अंगात हिरवा शालू जशी नवी नवरी.

तिच्या रुपाला भाळून अनेक गावचे पाटील, पोलीस पाटील, तलाठी, ग्रामसेवक, शाळा मास्तर, जमीनदार, बागायतदार, सोसायटयाचे चेअरमन तिच्यावर भाळायचे. तिला कायम आपल्या जवळ ठेवायची त्यांना इच्छा व्हायची. मोह व्हायचा. पण ती कुणालाच बघत नव्हती. ढोलचीवाल्या विठोबाबरोबर तिची बांधलेली लग्न गांठ इतकी घट्ट होती की तुटता तुटत नव्हती. सुटता सुटत नव्हती. त्या दोघांच्या संसारात एका चिमुकल्याचा प्रवेश झाला. ईश्वरानेच भलं केले असे समजून त्यांनी त्याचे नाव जगन्नाथ ठेवले होते.

विजू, दशरथ, मारूती, काशीनाथ, शिवाजी, सनातन अशी आठ दहा जणांचे टोळकं गावातून लगबगीने बाहेर पडले. ते थेट मारूती पाटलाच्या मळ्यातल्या घरापुढेच येवून उभे ठाकले. दारात बसलेल्या पाटलांना त्यांनी रामराम केला. पाटील पण त्यांचीच वाट बघत होते. ते म्हणाले, “दशरथ! लवकर आला ते लई बेस झालं. आता आटपा लवकर! मयत लई येळ ठेवू नये म्हणत्यात!”

पाटलाची ऑर्डर सुटताच दशरथ, विजू आणि सनातनने मग तिरडी बांधायला घेतली. विजूने घरामागे टाकलेले लाकडाचे ढिगातून दोन बांबू उपसले. दशरथने गंजीतल्या चार पेंढया उपसून काढल्या. शिवाजीने

गोठयातल्या तुळईवरच्या सुतळीचा बंडल काढला. घरापुढच्या कोपऱ्यात जावून काशीनाथने दोन शेणी पेटवल्या अन त्या गाडग्यात भरल्या.

मग दशरथ, मारूती, किसन, विजू, पाटलाच्या घरातल्या खोलीत घूसले.ितिथं विठूच्या प्रेतापुढे कौसल्या, आदिकाबाई, गोदाबाई अन् आणखी दोघी तिघी जणी खाली मान घालून गप्प बसल्या व्हत्या. आंत घुसलेल्या पुरुषांनी कौसल्याला “जरा बाजूला व्हा!” म्हणताच तिथं एकच गलका उठला. कौसल्या “धनीsss” म्हणून टाहो फोडू लागली. “मला सोडून जावू नगा हो!” म्हणत हंबरडा फोडू लागली. तिच्या रडण्याकडे दुर्लक्ष करीत चौघांनी उचलून विठोबाचा मृतदेह बाहेर आणला.

मोठया दगडावर मृतदेहावर कौसल्या, जगन, व बायाबापड्यानी पाणी घातलं. मग नव्या पांढऱ्या शुभ्र कापडात गुंडाळून तो अलगद आणून तिरडीवर ठेवला. गुलालाने विठोबाचा मळवट भरल्यावर त्याच्या मृतदेहावर गुलाल शिंपडण्यात आला. बाहेर येवून कोपऱ्यावर उभ्या जगनला पुढे बोलावून त्याच्या हाती धुपत्या शेणकूटची शिकाळी देणेत आली. सनातनने त्याचा हात धरून त्याला तिरडीपुढे नेवून उभे केले.

विठोबाच्या पार्थिवाशेजारी रडत बसलेल्या कौसल्या ध्रुपदा, सीता, जगूबाई, गोदाबाई रडता रडता बापय काय काय करतात यावरही ध्यान ठेवून होत्या. प्रेतयात्रेची सगळी तयारी झाल्यावर सगळयांच्या नजरा पाटलाकडे गेल्या. तसे पाटलांनी नजरेनेच “उचला” अशी खूण केली. सनातनने जगनचा हात धरून तिरडी पुढे चालू लागले. विजू, दशरथ, काशिनाथ आणि शिवाजीने तिरडी

उचलून खांदा दिला. कौसल्याने पुन्हा टाहो फोडला "धनीss मला सोडून जावू नगाss आता म्या अन् जगननं जगायचं कसं?" असे म्हणत ती धायमोकलून रडू लागली.

प्रेतयात्रा तशी छोटीशीच होती. प्रेतयात्रेपुढे छोटा जगन चालला होता. तिरडीवर प्रेत होते. प्रेतावर गुलाल, हळदी, कुंकू उधळलेले होते. तिरडीला चौघांनी खांदा दिला होता. तिरडी घाई गडबड असल्यासारखी भराभरा पावले टाकीत चालली होती. तिरडी मागचे चारपाच जण भराभरा चालत तिरडीच्या सूरात सूर मिसळत होते. त्यात एक म्हातारा पण होता. त्याला ही लगबग झेपत नव्हती. तो सारखा अडखळत होता. दुपारची वेळ होती. कडकडीत ऊन होतं. रस्त्यावर अजिबात रहदारी नव्हती. रस्ते सगळे सामसूम होते. ती बापूडवाणी प्रेतयात्रा लगबगीने स्मशान भूमीचे दिशेने चालली होती. झपाझप, झपाझप, पावले टाकीत तिरडी चालली होती. त्यावेळी रणरणत्या उन्हाने सारा परिसर भाजून निघत होता. झाडावर चिटपाखरू नव्हतं. घामाघुम प्रेतयात्रा एकदाची स्मशानात पोहचली.

स्मशानात सरणाने भरलेली गाडी आधीच पोहचली होती. सरण रचण्यात येत होते. त्यावर विठोबाचा पार्थिव अलगद उचलून ठेवण्यात आले. त्यावर उरलेली लाकडे ठेवून पार्थिव झाकण्यात आले. सनातनने बापाला पाणी पाजण्यासाठी जगनच्या हाती पाण्याचा पेला दिला. जगनने विठोबाचे तोंडात पाण्याचे चार थेंब घालून नमस्कार केला. ओल्या अंगाने सरणाभोवती तीन फेऱ्या मारल्या.

धुपत्या शेणकूटाची शिकाळी आणली. त्यावर रॉकेल टाकताच “भप्प” आवाज होवून जाळ पेटला. सरणावर रॉकेल शिंपडले गेले. मग जगनने विठोबाच्या सरणाला अग्नी दिल. चितेतून आगीचा लोळ उठला. सरणाची आग भडकली. ती चारी बाजूनी पेटत गेली.

चिता पेटल्याने सारेच मोकळे झाले. चितेपासून बाजूला जावून आपआपसात गप्पा छाटीत बसले. जगन एकटाच तेवढा रडत होता. बोलावून आणलेली माणसे कुणी तंबाखू मळत होते. तर कुणी सिगारेट फुंकत होते. मेलेला माणूसच तेवढा मेला होता. पोचवायला आलेली माणसे जणू चिरंजीव होती. चिरकाल आयुष्य जगणार होती.

विठोबा गेला. तो अनंतात विलीन झाला. त्याची ती तमाशात कडकडणारी ढोलकी शांत झाली होती. गावोगावी फिरणाऱ्या त्या तमाशा फडातील ढोलचीच्या सादाने, ध्वनीने उठणारे चैतन्य, हर्षोल्लास आता संपला. त्याचे ते कौसल्यावरील निस्सिम प्रेम, इत्यादी सर्व गोष्टींची समाप्ती, अंत झाला होता. आता उरल्या होत्या त्या त्याच्या आयुष्यातील कांही कडूगोड आठवणी. अन् त्याने न चुकवलेली देणी.

४
पैलवान

मार खाऊन अर्धमेले झालेले प्रा. प्रकाशराव अंथरुणात विव्हळत पडले होते, तोच त्यांचा मुलगा येऊन त्यांच्याजवळ बसला अन लाडालाडाने म्हणाला, “बाबा!... बाबा! मी पण मोठा झाल्यावर तुमच्यासारखा प्राध्यापक होणार...!” मार लागलेल्या पायावर हळूवार हात फिरवत प्रा. प्रकाशराव त्याला म्हणाले, “बाळा! तुला काय व्हायचं ते हो, पण प्राध्यापक तेवढा होऊ नकोस.....”

पदर कमरेला खोचून दारातच भसा भसा खरकट्या भांडयांचा ढीग घासत बसलेल्या कमलावहिनी जागेवरून एकदम ओरडतच उठल्या. त्यांच्या छातीत सारखं धाड... धुड... धाड... धुड... व्हाया लागल होत. आता काय करावं? कस कराव? त्ये त्येंचं त्येना बी सुधरत नव्हत. त्येना एकदम बावचळल्यागत वाटाया लागल. त्या एकदम जीवाच्या आकांताने किचाळल्या, “अरे देवा... आता काय करु रे बाबा...”

त्यांचा ओरडण्याचा आवाज ऐकुन घाबरलेले त्यांचे सासरे गणपतराव पैलवान धावत पळत बंगल्यातुन

दारात आले. पाहतात तर त्यांचा ल्योक (पोरगा) पकु (प्रा. प्रकाशराव) च्या डोक्यातुन भळाभळा भळाभळा रगात येत होतं. त्यांचं थोबाड लालभडक झालं होत. प्रत्येक पाऊल उचलुन टाकताना त्यांचा लाडका पकु अगं आई गं... अगं आई ग... म्हणायचा. त्याचा हा अवतार बघुन पैलवानच काकुळतीला येऊन त्याला म्हणाले, "आरं! बाळा...काय झालं रं बाबा तुला..."

वडिलांच्या बोलण्याकडे दुर्लक्ष करीत घरात घुसतच प्राध्यापक पत्नीला म्हणाले अंग आई गं कंबर फार दुखतेय .... पायात कळा पण मारताहेत .... आयोडेक्स लावा जरा....... पाठीला पण चोळ अगं आई गं अर्धा कप चहा पण टाक .... नवऱ्याच्या या ऑर्डर कमलावहिनी थोड्याच पाळणार होत्या? त्यांनी आपल्या तोंडाचा पट्टा सुरु केला अहो मी म्हणते भाजी आणतो सांगुन पिशवी घेऊन माझ्या समोरुन तुम्ही बाहेर पडला. कोपऱ्यावर गेल्यावर घराकडे बघत बघत चोरुन सिगारेट ओढीत उभे होता. मग हे झालंच कसं? रस्त्यात तुम्ही कुणाशी मारामारी तर केली नाही ना?

त्यावर पैलवान मध्येच तोंड खुपसुन म्हणाले, अग सुनबाई! त्यो कसला मारामाऱ्या करतोय? बघ बघ त्यांच त्वांड कसं सुजलय त्ये बघ... अगं ह्येलाच कुणी तरी बडीवलया आज जर ह्यो पैलवान झाला असता तर कुणाची टाप हुती ह्येच्या अंगाव हात टाकायची. मला वाटलं हुतं ह्यो पैलवान हुयील आपल्या घराऱ्याचं नाव राखील ..... माझं बी हिंदकेसरी हुयाचं सपान ह्यो पुरं करील....

गणपतराव पैलवान पुढं बोलणार तोच त्यांच लक्ष

प्राध्यापकांकडे गेले. प्रकाशरावांची हळुहळु शुध्द हरपत चालली होती. पत्नी आणि वडील काय म्हणतात हे त्यांना त्या क्षणी समजतही नव्हते. कुठुन दुरवरुन काही स्वर कानावर आदळत असल्याची अनुभूती मात्र त्यांना होत होती त्याक्षणी बालपणीच्या सुखद आठवणीत प्राध्यापक हरवत चालले होते.

पकु जेव्हा लहान होता तेव्हा पैलवान घराकडे येताना कधी मटण, कधी चिकण तर कधी श्रीखंड तर कधी बासुंदी घेऊन यायचे. मग सारे जण एकत्र बसुन त्यावर ताव मारायचे. पैलवान मोठ्या ऐटीत त्यांच्या पत्नीला म्हणायचे, तुला सांगतो रकमा! मानसानं जल्माला यावं आन पैलवान व्हावं. त्याशिवाय चांगल चुंगल खाया भेटत नाय. माझं पोरगं बी पैलवान हुईल त्याला हिंदकेसरी बनविणार हाय “एकदा का त्यो हिंदकेसरी झाला की पुढच्या दहा पिढया बसुन श्रीखंड पुरी खातील, मसाला दुध पितील”. प्रा. प्रकाशराव बालपणापासुन अभ्यासात हुशार. ते शिकत राहीले अन एम.ए. बी.एड. कधी व कसे झाले हे त्यांचे त्यांना ही कळले नाही मग कॉलजेवर प्राध्यापक म्हणुन नोकरीला लागले अन् पैलवानांचे त्यांना हिंदकेसरी बनविण्याचे स्वप्न अशा रितीने हवेत विरुन गेले.

आता प्राध्यापकांचा संसार सुरु झाला होता. पैलवानांची रकमा अकालीच जग सोडुन गेली होती. तिच्या मृत्युने खचलेले पैलवान गावाकडची शेतीवाडी विकुन प्राध्यापकांकडेच राहायला आले होते. प्रकाशरावांनी नेहमीप्रमाने कॉलेज सुटल्यावर घरी येऊन चहा घेतला भाजीसाठी पिशवी घेवुन ते बाहेर पडले.

कोपऱ्यावर आल्यावर खिशातून हळूच सिगारेटचे पाकिट काढुन त्यांनी सिगारेट शिलगावली. एक दोन झुरके ओढल्यावर मग त्यांना जरा बरे वाटले.

भाजी घेतल्यावर बायकोसाठी पावडरचा डब्बा घ्यायचा म्हणून ते मोहनभाईच्या दुकानात शिरले. आवो .... आवो प्रोफेसर बसा म्हणत मोहनभाईनी तोंड भरुन त्यांचे स्वागत केले. प्रकाशराव फेस पावडरचे डबे बघत होते. तेवढ्यात तीन चार गुंड दुकानात घुसले. त्यांच्या म्होरक्याने डोळयाला गॉगल मानेला रुमाल बांधला होता. तो काळा व धिप्पाड शरीरयष्टीचा होता. तो खिशातुन चाकू काढून उगीचच त्याचाशी खेळत होता.

“ए सेठ आपल्याला टाइम नायं खंडणीचे दहा हजार काढ? म्होरक्या, दादा महिना पाचशे खंडणी ठरलीय ...... मोहनभाई सेठ तुला मायीत नाय काय? फाळकुट दादाच्या छबडीचं लगीन हाय तो! मंत्री येणार........ पेपरात फोटु .... लोकांना श्रीखंड पुरीचा बुफे .... ह्यो सगळा खर्च कोण करणार? म्होरक्या.”

“दादाच्या मुलीचे लग्न आनंद झाला! मोहनभाई!”

“सेठ! नुस्ता बडबडू नगं! समद्यांनी दहा दहा हजार दिल्याती म्होरक्या” त्यावर रडकुंडीला आलेल्या स्वरात मोहनभाई त्यांना सांगु लागले.

महागाईने आधीच सगळ्या धंद्याची वाट लागली आहे. अशातच ...

पुढचे काही शब्द उमटायच्या आतच चटक असा जोराचा आवाज दुकानात घुमला. म्होरक्याच्या हाताची पाच बोटे मोहनभाईच्या गालावर उमटली. मोहनभाई तिथेच ढसाढसा रडू लागले.

"ए नाटक बंद कर! आवाज बंद! पहले पैसे निकाल साले" म्होरक्या.

आपण एवढे विव्दान, प्रख्यात विचारवंत. आपल्या समोरच एवढी गुंडगिरी, प्राध्यापकांना स्वतःचीच लाज वाटली. ते पुढे सरसावले.

"अहो मिस्टर! दुसऱ्याच्या दुकानात घुसून तुमची ही गुंडगिरी! काय चाललेय हे? कळवू का पोलीसांना?" प्रा प्रकाशराव आपल्यापरीने म्होरक्याला दम भरू लागले.

"आयला बाब्या! हे कोण रं बेणं मध्येच उपटलं? घे की भाईर त्येला .... म्होरक्याची ऑर्डर."

इतर गुंडांनी प्रकाशरावांना घेरले. त्यांना खेचतच रस्त्यावर आणले. तोपर्यंत रस्त्यावर ही गर्दी गोळा झाली होती.

गर्दीसमोर दाढीवाल्या काळपट गुंडाने विचारले, "काय रं साल्या! सेठ तुझा जावय का मेव्हणा? लय कायद्याचं गिन्यान सांगतुयास? तेवढ्यात छलकाटा म्हणाला, आरं लेका म्हाद्या बोलत काय बसलायस? उडीव की दोन....."

लगेच दाढीवाल्या कळपटाने प्रकाशरावांना खाली पाडुन अंगावर उडी घेतली. त्यांच्या छाताडावर बसून तो त्यांना थोबडू लागला. छलकाट्याने दुकानात कोपऱ्यात ठेवलेली काठी उचलली अन् सटासट सटासट फटके मारू लागला.

"आई गं मेलो.... मेलो.... वाचवा! प्राध्यापक किंचाळू रडू लागले.!"

छलकाठयाच्या काठीचा फटका प्रकाशरावांच्या डोक्यात बसला अन् मग डोक्यातून भळाभळा रक्त वाहू

लागले. प्राध्यापकांना रस्त्यात टाकून दोन्हीं गुंड दुकांनात शिरले.

मोहनभाई दुकांनात थरथर कापत उभे होते. त्यांनी काही न बोलता गल्ल्यात हात घातला आणि नोटाचे पुडके काढून म्होरक्याच्या हाती दिले.म्होरक्यानेही मग "सलाम शेठ" म्हणत मोहनभाईना सलाम ठोकत परतीचा रस्ता पकडला.

गुंड निघून जाताच गर्दी पांगली. जायबंदी झालेला प्रकाशराव उठू लागले. तोच पोलीस तिथे आला. त्याला पाहून प्रकाशराव गुंडाबदृल त्याच्याकडे तक्रार करू लागले. तसा तो पोलीस त्यांच्यावरच उखडला, "साल्या! बायकांची छेड काढतोस.... लोकांनी बडविल्यावर खोटया तक्रारी करतोस......"

"नाही हो! खरंच सांगतोय" प्राध्यापक.

"बोल! काय पुरावा बोल आधी": पोलीस.

"त्या मोहनभाईंना, दुकानदाराला विचारा": प्रा. प्रकाशराव

पोलीसाने प्रा. प्रकाशरावांना मोहनभाईपुढे उभे केले.

"आपुन काय ह्यन्ला ओळखीत नाय.":मोहनभई

मोहनभाई ओळख नाकारताच पोलिसाने प्रकाशरावांची गचांडी धरली. चल आत ठाण्यात. काय सांगायाचे ते तिथ सांग. आतच टाकतो तुला म्हणत त्यांना ओढत नेऊ लागला.

थोडे पुढे गेल्यावर प्रा. प्रकाशरावांनी खिशातून पाचशे रु. च्या दोन नोटा काढून पोलिसांच्या हाती ठेवल्या व आपली सुटका करून घेतली. मग मात्र त्यांना खरंच वाटू लागलं, बाबांचे ऐकून आपण पैलवान झालो असतो तर किती बरे झाले असते.

मार खाऊन अर्धमेले झालेले प्रा. प्रकाशराव अंथरुणात विव्हळत पडले होते, तोच मुलगा येऊन त्यांच्याजवळ बसला अन् लाडालाडाने म्हणाला,“बाबा!....बाबा! मी पण मोठा झाल्यावर तुमच्यासारखा प्रोफेसर होणार.....!”

मार लागलेल्या पायावर हळूवार हात फिरवत प्रा. प्रकाशराव त्याला म्हणाले,“बाळा! तुला काय व्हायचं ते हो, पण प्रोफेसर तेवढं होऊ नकोस....”

५

पिकनिक

विचाराची वीण जसजशी घट्ट होत गेली तसं तसे मनाचे पाखरू भुर्रकन उडत उडत भूतकाळाच्या अंधारात गेलं. नववीत असताना, शाळेतल्या त्यावेळीच्या मित्रांबरोबर गेलो होतो पिकनिकला. जीवनातील काही अवस्थांमधील अनुभवांना त्यांची स्वतःची एक तीव्रता असते म्हणतात ते काही खोटं नाही.

गहू, साखर, तांदूळ इत्यादी किराणा मालाने भरलेल्या पिशव्या, घरच्या लोकांसाठी कलिंगड, सफरचंद, द्राक्षे, डाळींबे इत्यादी फळे खरेदी करून माझी स्कूटी भर उन्हात घराच्या दिशेने धावत होती.   ऊन चांगलंच तापल होतं. सायकली, मोटार सायकली, कार्स, रिक्षा इत्यादी वाहनांची रस्त्यावरील गर्दी रोडावत चालली होती. दूकानातील गर्दीही ओसरली होती. स्कूटीने वेग घेतला आणि सामान घेऊन मी घरी पोहोचलो.

स्कूटीचा आवाज ऐकला आणि माझा चार वर्षाचा नातू कणाद हा घरातून धावत पळत दारात आला. आला तो मला पाहताच फर्मान सोडू लागला. "आबा! मला

घेऊन पिकनिकला चल की रे!"

त्याची मागणी ऐकून मी सर्दच झालो. मला हे कळेना की, चार वर्षाच्या बाळाच्या डोक्यात हे खूळ कोणी भरवले? ज्या बाळाला पिकनिक हा शब्दही नीट उच्चारता येत नाही. मग तो पिकनिकचा आनंद कसा उपभोगणार? घरात सर्वांना माहीत आहे. आजोबा तो सांगेल ते ऐकतात. त्यांच्यापुढे मान तुकवितात. त्याला नकार देत नाहीत. त्यामुळे एखाद्या हक्काच्या मित्राला हुकूम सोडावा तसा तो मला हुकूम सोडत असतो.

"नको कणाद! नको असला हट्ट धरू! तुझ्या आजोबांना सगळया जगाची उठाठेव जाणून घ्यायची असते. सतत बातम्यात अडकलेल्या माणसाला तुला बागेत पिकनिकला न्यायला सवड कशी मिळणार?" माझ्या हातातली पिशवी घेत कणादची आजी त्याची समजूत काढू लागली.

आजीचा हा विरोधी सुर न आवडल्याने कणाद मग रागातच म्हणाला, "आबा! आता बातमी नाही की फितमी नाही. पिकनिकला जायचे म्हणजे जायचे. तू मला ने की रे!...."

"बरं बाबा! उद्या सुट्टी आहे. पिकनिकला नक्की जावू या!" असे मी म्हणताच तो आनंदला. त्याच्या डोळयात चमक दिसली. मग तो आनंदाने टाळया पिटू लागला. त्याने मोठया ऐटीत एखाद्या विजयी वीराप्रमाणे आजीकडे पाहिले. जे काम तू वर्षानुवर्षे करू शकली नाहीस ते बघ मी कसे मिनिटात केले, जणू असाच भाव त्याच्या चेह-यावर विलसत होता.

आजीपण मग माझ्याकडे पाहात मिश्किलपणे हसत म्हणाली, "जर मी तुम्हाला सांगितले असते तर तुम्ही

थोडेच माझे ऐकले असते? लाडक्या नातवाने हुकूम
सोडल्यावर बघा कसे क्षणात तयार झालात ते!"

"अहो सरकार! या छोटया बाळराजाशी मी खोट
बोलू शकत नाही. त्याला फसवू शकत नाही. आता
कुणासाठी करायचे? त्याच्याच साठी ना! त्याचा आनंद
तो आपला आनंद!" मी तोंडावर थंड पाण्याचा भपकारा
मारून टॉवेलने मी चेहरा पुसला. उष्णतेने व्याकुळलेल्या
शरीराला जरा हायसे वाटले. तोपर्यंत तिने ज्यूस भरलेला
एक ग्लास माझ्या हाती दिला. ज्यूस घेतला. "जातो गं"
असं सांगत झटकन ऑफिसकडे कूच केली.

ऑफिसात आलो तेव्हा प्रवेशद्वाराजवळच्या
केबिनमध्ये एडिटर इन चीफ, त्यांच्या शेजारच्या
केबिनमध्ये मॅनेजिंग एडिटर दाखल झाले होते. त्यांना
लागूनच मेट्रो, नॅशनल, फॉरेन, स्पोर्ट्स, बिझनेस, लाईफ
अँड स्टाईल, पीपल, कॅलेंडर, बुक्स, रिअल इस्टेट, फूड....
इत्यादी ब्यूरो चीफही त्यांच्या कामात गर्क होते.

मी आलो ते सरळ न्युज एडिटरजवळ गेलो. ते
तेव्हा पेजचा फॉरमॅट तयार करण्यात गुंतले होते. मला
पाहताच त्यांनी न बोलताच आजच्या प्रेस कॉन्फरन्स,
मिटिंग,फंक्शन्स इत्यादी कार्यक्रमाची यादीच माझ्याकडे
दिली. ती पाहात पाहात मी माझ्या टेबलवर आलो. त्यात
तातडीचे काही नव्हते. मग सरळ जावून माझ्या टेबलावर
बसलो. कणादने केलेला पिकनिकचा हट्ट काही माझ्या
डोक्यातून जात नव्हता.

आपण कधी पिकनिकला गेलो होतो? विचाराची
वीण जसजशी घट्ट होत गेली तसं तसे मनाचे पाखरु
भुर्रकन उडत उडत भूतकाळाच्या अंधारात गेलं. नववीत

असताना, शाळेतल्या त्यावेळच्या मित्राबरोबर गेलो होतो पिकनिकला. जीवनातील काही अवस्थांमधील अनुभवांना त्यांची स्वतःची एक तीव्रता असते म्हणतात ते काही खोट नाही. एक क्षण दुसऱ्या क्षणासारखा कधीच असत नाही हेच खरं.

मित्राबरोबर गेलो होतो. राशीबाईच्या डोंगरावर. उंच सरळ चढणीचा डोंगर चढताना किती दमछाक झाली. काटेरी झाडाला लगडलेली बोरे आणि कांगुण्या हात रक्तबंबाळ होईपर्यंत तोडुन त्याची लज्जत चाखताना काय और मजा आली होती. देवीचे दर्शन घेतले. मग आंब्याच्या झाडाखाली बसलो सारे सहभोजनाला, त्याच जागी महफिल रंगली. कुणी गाणी, गोष्टी आणि जोक्स सांगितले. हे सारे प्रकार आंब्याच्या झाडावर बसलेली खार टक लावून पहात होती. जर कुणाशी तिची नजरानजर झालीच तर टुनकन, उडी मारुन शेपटा फुलारुन उगीचंच या फांदीवरुन त्या फांदीवर इकडून तिकडे पळायची.

परत निघालो तेव्हा सूर्य मावळतीला गेला होता. आकाश शेंदरी रंगानं शेंदरलं होतं. नांगरलेली शेती, मोठमोठाले वृक्ष, गाई, म्हशी, गुरेढोरे मागे टाकत बस धावत होती. हळुच येणारी वाऱ्याची झुळुक अन् मधून मधून दिसणारी हिरवीगार वनराई मन मोहरुन टाकीत होती.

कॉलेज संपलं अन् मुंबईच्या टाईम्समध्ये नोकरी मिळाली. मग लोकलच्या वेगाने माझेही जीवन धावू लागले. रात्रीचे काही तास सोडले तर लोकल अव्याहत धावत असते. तशी झोपण्याची वेळ सोडली तर कधी बातम्याच्या शोधत, कधी करियरची धडपड, कधी

मित्रांच्या सानिध्यात माझीही लोकल रात्र न् दिवस धावत असायची.

काळ पुढे सरकत राहिला. लग्न झाले सुचिता जीवनात आली, तिने आमचा नवा संसार मांडला. संसारवेलीवर हर्षद आणि रेखा ही दोन फुले फुलली. काळाच्या वेगाबरोबर ती मोठी झाली. त्यांचे शिक्षण पूर्ण झाले. मग रेखा लग्न होऊन गेली अन् सविता सून म्हणून आमच्या घरी आली. मुंबईत कफ परेडला आता आमचा स्वतःचा फ्लॅट झाला होता. मारुती स्विफ्ट दारात आली होती. जीवनसंघर्ष सुरुच होता. मन व शरीर थकत चालले होते. याच काळात नातवाच्या रुपाने कणादचे आमच्या घरी आगमन झाले. त्याच्या बाललीला पाहून थकलेल्या मनाला, शरीराला तजेला आला.

कणादच्या इच्छेखातर घरात पिकनिकची सर्व तयारी पूर्ण झाली होती. थालीपीठ. दही, भडंग, लोणची, भाजके शेंगदाणे, मक्याची कणसे, चॉकलेट्स इत्यादी सारा माल घेऊन आमचा सारा लवाजमा गिरगाव चौपाटीवर पोहचला. मऊ मऊ वाळूत पळताना कणादच्या उत्साहाला उधाण आले होते. आमच्या सारखीच अनेक कुटुंबे चौपाटीवर डेरेदाखल झाली होती. त्यात कुणी गाण्याच्या भेंड्या खेळत होती तर कोणी कुणी खाद्य पदार्थाचा आनंद लुटत होती. शेरोशायरी, जोक्सच्या महफिलींनाही रंगत चढली होती. हे सारे विलोभनीय दृश्य पाहून मन म्हणत होते.

-कुठं? कोणत्या जगात वावरत होतास तू आजपर्यंत?

सकाळ-संध्याकाळ फक्त वृत्तपत्राची दुनिया. मी पुढे का तू पुढे? हीच चढाओढ, आज काय या मंत्र्यांचे

बोलावणे आले, उद्या काय या पोलीस अधिकाऱ्याकडून खळबळजनक माहिती घेतली. यानेच सारे जीवन व्यापले होते. आयुष्यात कधीच दूरची सहल झाली नाही. ते जग जेवढे खरे आहे, तेवढेच हेही जग खरे आहे. त्या जगाप्रमाणे या जगातही आनंद आहे. मुला बाळांबरोबर दंगामस्ती करण्यात, खेळ खेळण्यात त्यांच्या आनंदात आनंद मानण्यात सुख नाही का? मऊशार वाळूवर कणादचे दुडूदुडू पळणे, सागराकडे अचंबित होऊन पाहत पाणी, पाणी म्हणून टाळ्या पिटणे मनात उर्मी भरत होते. कणादच्या या पिकनिकने आज मला एक दिशा दिली. आता मात्र मी ठरविले अधूनमधून पिकनिकला जायचे म्हणजे जायचे!

६
शर्ट आकाशी रंगाचा

शाम तसा सालस, कष्टाळू अन् हुशार विद्यार्थी म्हणून शाळेत परिचित होता. गेली सात वर्षे तो नेहमीच प्रथम क्रमांकाने उत्तीर्ण झाला होता. त्यामुळे शाळेतील सर्वच विद्यार्थी त्याला आदराने वागवीत असत.

त्याच्या वर्गात येणारी श्रीमंतांची मुले रोज नवे कपडे, बूट, टाय बांधून रूबाबात शाळेत येत असत. शामलाही आपणास असाच छानसा ड्रेस हवा असे वाटे. पण गरीबीमुळे तो मन मारून गप्प राही. शाम जरी गरीब असला तरी तो स्वाभिमानी होता. नव्या कपड्यांसाठी त्याने कुणाकडे कधी मदतीची अपेक्षा ठेवली नाही.

शाम या वर्षी सातवीत होता. स्कॉलरशीप परीक्षा पास झाल्याने सरकारकडून त्याला शिष्यवृत्तीच्या रूपाने पैसेही मिळणार होते. आता त्याला पुस्तके अन् वह्यांसाठी बाबांना त्रास द्यावा लागणार नाही, याचाही आनंद झाला होता.

त्याच्या नव्या मोठ्या शाळेचा युनिफॉर्म होता आकाशी रंगाचा शर्ट आणि गडद जांभळ्या रंगाचा पॅन्ट. शामला

हा युनिफॉम मनापासून आवडे. त्याला वाटे हा नवा ड्रेस, नवे बूट, नवा टाय बांधून ऐटीत सांगलीला जावे. हरभट रोड, मारूती रोड, मेन रोडवर फिरावे. प्रतापसिंह उद्यानात जावे. वाघ, सिंह, मोर, कोल्हा, कासव हे प्राणी पाहावे. गणेश मंदिरात जावे. ईश्वराचे दर्शन घ्यावे हत्तीला चारा घालावा.

एक दिवस त्याच्या शाळेचे मुख्याध्यापक सकाळी सकाळीच त्याच्या घरी आले. बाबांनी त्यानां बसायला सतरंजी टाकली. पाणी अन् चहा झाला. मुख्याध्यापकांनी बाबांच्या हातावर ५०० रूपये ठेवले. शामच्या स्कॉलरशीपचे हे पैसे म्हणून सांगितले. अचानक आलेल्या एवढ्या पैशांनी बाबा भारावले. त्यांच्या डोळ्यातून अश्रू जमा झाले. त्यांनी शामला जवळ घेऊन त्याचा एक पापा घेतला. मुख्याध्यापकांनीही शाम कष्टाळू, हुशार आणि सर्वांचा लाडका असल्याचे आवर्जून सांगितले.

बाबांच्या जवळ बसून शाम हिशोब करू लागला. वह्या, पुस्तके खरेदी केल्यावरही काही पैसे उरत होते. शामला जांभळ्या रंगाची पॅन्ट होती, पण आकाशी रंगाचा शर्ट नव्हता. तो म्हणाला “बाबा, मला आकाशी रंगाचा शर्ट आणि बबडीला गुलाबी रंगाचा फ्रॉक घेऊ या” त्याची लाडकी बहीण, जिला सारे लाडाने बबडी म्हणत असत, ती आपल्या आजीकडे गेली होती. उद्याच ती येणार होती.

दुपारी शाम बाबांबरोबर सांगलीला गेला. वह्या, पुस्तके खरेदी झाली. मेन रोडवर फिरताना त्याला दुकानाच्या दारातच टांगलेला आकाशी रंगाचा शर्ट दिसला. शामचे पाय आपोआप थबकले. बाबांनी

दुकानात जाऊन किमतीची चौकशी केली अन् पैसे देऊन शामच्या हाती तो शर्ट दिला. त्याच दुकानातून शामच्या पसंतीने बाबांनी बबडीसाठी फ्रॉकही घेतला, ही खरेदी करून शाम बाबांबरोबर घरी परतत होता. त्याचे पाय आज जमिनीवर ठरत नव्हते. मन आंनदाने उचंबळून येत होते.

दुसऱ्या दिवशी आकाशी रंगाचा शर्ट अन् जांभळ्या रंगाची पॅन्ट घालून शाम शाळेत गेला. गुलाबी रंगाचा फ्रॉक घालून बबडीही त्याच्याबरोबर निघाली. वर्ग सुरू झाला. गुरूजी वर्गात आले. हजेरीपटाप्रमाणे त्यांना हजेरी सुरू केली. त्याच दिवशी वर्गातील छाया भुंजे ही अपंग विद्यार्थिनी गैरहजर होती. कधीच शाळा न चुकवणारी छाया अनुपस्थित राहिल्याने गुरूजींनी तिच्या मैत्रिणीकडे पाहिले, तेव्हा तिने छाया आजारी असल्याचे सांगितले.

सायंकाळी पाच वाजता शाळा सुटली मुलांचे थवेच्या थवे आपापल्या घरांच्या दिशेने चालू लागले. तोच "आग", "आग" ओरडत गावातील लोक बाजारपेठेतील चौकाकडे पळत असल्याचे मुलांनी पाहिले. तशी सारी मुलेही तिकडे पळू लागली. शामसुध्दा बबडीला घेऊन आगीच्या ठिकाणी पोहोचला.

बाजारपेठेच्या चौकातील "भुंजे ट्रेडर्स" ला आग लागली होती. दुकानातील सारा माल जळून खाक झाला होता. इमारतीसही आगीने वेढण्यास सुरवात केली होती. आगीत जळणारी संपत्ती पाहून दुःखाने व्याकूळ झालेले दुकान मालक, त्यांची मुले, स्त्रिया धाय मोकलून रडत होती. लोकांनी त्यांना गच्च धरून ठेवले

होते. तोच कुणीतरी छाया आगीत अडकल्याचे सांगितले. त्याबरोबर तिचे आई_वडील "छाया! छाया!" म्हणून जोरजोराने रडू लागले. लोकांच्या हातून सुटण्याची धडपड करू लागले. पण आगीची भीषणता एवढी होती की कुणाचे आत जाण्याचे धाडसच होईना.

शामने एक क्षणही न दवडता बबडीकडे दप्तर दिले. डोळ्याचे पाते लवते ‑ लवते तोच शाम तीरासारखा आगीत घुसल्याने गर्दीत हलकल्लोळ माजला. कुणाचा मुलगा, कोण आगीत घुसला, हे लोकांना समजलेच नाही.

भीषण आगीच्या ज्वाळांना चुकवीत शाम इमारतीच्या आतील भागात गेला. धुराने भरलेल्या खोलीत एका कोपऱ्यात बसून छाया ठसकत होती. "वाचवा हो! मला वाचवा! आई... बाबा..." अशी आर्त हाका मारीत होती. आग छायाच्या अंथरूणात भिडायला लागली होती. क्षणाचाही विलंब न करता शामने छायाला उचलले अन् पाठीवर घेतले. बाहेर पडण्यासाठी तो मागे फिरला. पण आगीच्या ज्वाळांनी व धुराने त्याचा मार्ग अडविला होता. नाकातोंडात धूर जाऊन दोघेही गुदमरू लागले. त्याही स्थितीत शामने निम्मा रस्ता पार केला. मात्र आता ज्वाला त्यांच्या शरीराला भिडल्या. दोघांचेही कपडे पेटले. त्याबरोबर छायासह तो बाहेर येतानाच त्यानी आगीतून बाहेर उडी टाकली.

जमावातील लोंकानी दोघांना आगीपासून बाजूला घेतले. लगेचच दोघांना हॉस्पिटलमध्ये दाखल केले. शामच्या हात, पाय अन् डोक्याला जखमा झाल्या होत्या. त्याला पाहण्यासाठी गावकऱ्यांनी दवाखान्यात एकच गर्दी केली होती. त्याच्या कॉटजवळ बसून त्याची आई रडत होती. गावचे सरपंच, पोलिस पाटील आणि प्रतिष्ठित

लोक बाबांचे कौतुक करीत होते. तोच शाम ग्लानीतून जागा झाला. त्याने डोळे उघडले. सरपंच व इतरांनी त्याच्याजवळ येऊन त्याच्या बहादुरीचे कौतुक केले.

दोन दिवसांच्या उपचारानंतर शामला घरी आणण्यात आले. त्यावेळी आगीत अंगावरील नवा आकाशी रंगाचा शर्ट जळून गेल्याचे त्यास समजले, त्याला फार वाईट वाटले. मात्र छायाला वाचविल्याचे समाधान होतेच. पुन्हा स्कॉलरशिपचे पैसे आले की नवा शर्ट घेऊ, अशी त्याने मनाची समजूत घातली.

आता त्याच्या घरीही गावकरी सवड काढून येत, त्याचे कौतुक करीत. वृत्तपत्रातही त्याच्या बहादुरीची बातमी प्रसिध्द झाली होती. आज शाळेच्या भव्य क्रीडांगणावर शामचा जाहीर सत्कार आयोजित करण्यात आला होता. सत्कारास पाहुणे म्हणून पोलीस इन्स्पेक्टर आले होते. शाळेच्या क्रीडांगणावर गावातील लोकांनी प्रचंड गर्दी केली होती. सर्वांनीच शामच्या बहादुरीचे कौतुक केले. शाळेच्या वतीने त्याला मुख्याध्यापकांनी इस्पेक्टरांच्या हस्ते एक बॉक्स बक्षीस म्हणून दिला. शामने बॉक्स उघडला तर त्यात रोख ५०० रुपये आणि आकाशी रंगाचा नवा शर्ट होता. शर्ट पाहताच शामच्या डोळयात आनंदाश्रू तरळले. त्याने मुख्याध्यापक, इन्स्पेक्टर, सरपंच व इतर मान्यवरांचे आशीर्वाद घेतले. त्याचे हे वागणे खुर्चीवर बसून कौतुकाने पाहणाऱ्या त्याच्या आई-बाबांनीही आपल्या डोळयांच्या ओल्या झालेल्या कडा हळुवार हातांनी पुसल्या.

७
बांडगूळ

दाट काळ्याभोर मेघांनी आकाश भरून आलं होतं. थोडं अंधारूनही आलं होतं. सोसाट्याचा वारा सुटला होता. विजांचा कडकडाट सुरू झाला अन् काही क्षणात ताड... ताड... आवाज करीत सर्वत्र गारांचा सडा पडू लागला. बेफाम वाहणाऱ्या वाऱ्याने खिडक्यांची तावदाने आदळआपट करू लागली. किचनमधून येऊन रूक्मिणीने खिडक्या बंद केल्या. अंधारून आल्याने घरातला प्रकाश आधीच अंधूक झाला होता, खिडक्या बंद केल्याने तर तो लुप्तच झाला. मग रुक्मिणीने लाईट ऑन केले.

आता बाहेर पावसाचं तांडव सुरू झालं होतं. वेगाने कोसळणाऱ्या पावसाच्या धारा तुटत नव्हता की थांबत नव्हत्या. अशा चिंब कोंदट वातावरणात तू माझ्या समोर बसला होतास. अस्वस्थ, चिंताग्रस्त, तुझ्या चेहऱ्यावरील बेचैनी स्पष्ट दिसत होती.

त्यावेळी मी इंग्रजी मॅगेझिन चाळत होते. तू समोर बसल्यापासून माझी एकाच पानावर नजर स्थिरावलेली

होती. काही केल्या ती पुढे सरकतच नव्हती. तेवढ्यात रुक्मिणीने किचनमधून चहाची ट्रॉली ओढत आणली. ट्रॉलीतून आणलेली किटली, प्याले, बिस्किट पुडे, चिवडा प्लेटसनी टेबल छान सजविले. किटलीतील चहा प्याल्यात ओतून त्यातील एक तुला दिला अन् एक माझ्यासमोर ठेवला. चिवड्याचा बकणा भरत तर कधी बिस्किटाचा आस्वाद घेत तू चहाचे घोट घेत राहिलास. खाऊन पिऊन झाल्यावर तू थोडासा मुखवास तोंडात टाकलास. मग झटकन उठून तू आपले कपडे ठीकठाक केलेस. केसावरून हात फिरवलास, पावसाचा जोरही आता ओसरला होता. "हे बघ सुचिता! मी आज रात्रीच्याच गाडीने परत जाणार आहे" असे म्हणत मी सह्या केलेले डायव्हर्स पेपर्स उचलून माझी प्रतिक्रियाही जाणून न घेता तू निघून गेलास.

हातातील मॅगेझिन खाली ठेवत मी चहाचा कप उचलणार तोच रूक्मिणीने आतून आवाज दिला, "नको मॅडम! चहा थंड झाला असेल! दुसरा बनविते तुमच्यासाठी" मग बाहेर येऊन उष्टा प्याला, किटली, चिवडा प्लेट ट्रॉलीत भरून किचनमध्ये निघून गेली.

गेल्या १० वर्षांच्या दांपत्य जीवनाचा आज शेवट झाला होता. रजनीकांत! तुझ्याबरोबरचे दांपत्य जीवन असे संपेल असे कधी स्वप्नातही वाटले नव्हते. पती पत्नीच्या आयुष्यात प्रेम, विश्वास, समर्पण या भावनांची दोघांनाही गरज असते. नुसतं मंगळसुत्र बांधल्याने वा न बांधल्याने पती पत्नीमधील प्रेम सिध्द होत नाही, पण हे तू कधी जाणलंच नाहीस.

बाबांच्या आकस्मिक मृत्यूनंतर अनुकंपा तत्वावर मला

बँकेत नोकरी मिळाली. नोकरीबरोबरच बाबांच्यानंतर कुटुंबाची जबाबदारीही माझ्यावर येऊन पडली. मग बाबांची फंडाची रक्कम मामाने केलेली मदत यातून धाकट्या सविताचे आम्ही लग्न केले. सविताचे लग्न अन् विजयला खाजगी कंपनीत जॉब लागल्यावर आमचे घर स्थिर झाले.

मग आई माझ्याच लग्नाच्या चिंतेत असायची. एक दिवस तुझे स्थळ सांगून आले कर्ज काढून आईने अन भावाने माझे लग्न करून दिले. नोकरदार सून मिळाल्याने घरी आनंद होता. पण लग्नाआधीपासूनच तू बेकार होतास. एक तर सकाळी उशिरा उठायचास. चहा नाष्टा करून पेपर पाहायला बाहेर जायचास. मग नोकरीसाठी अप्लिकेशन करण्यात सारा दिवस घालवायचास.

त्या दिवशी बँकेतून दमून आले होते. चहा करून त्याचा एक घोट घेत न घेते तोवर सासूबाई आल्या अन म्हणाल्या सूनबाई! आज पगार झाला असेल ना तुझा! पाहू किती पैसे आणलेस ते!

त्यांचा कावा ओळखून मी म्हणाले, “आई! माझ्या पगाराचे सोडा, घर खर्चासाठी किती पैसे हवेत तुम्हाला? तसा त्यांच्या रागाचा पारा वर चढला. रागाने माझ्याकडे पाहात म्हणाल्या, काय म्हणतेस सूनबाई! तुझ्या पगाराशी आमचं काहीच देणं नाही? सारा पगार तू चैनीत उडवणार काय? या घरात अजून लग्न कार्ये व्हायची आहेत.”

त्यावर मग चिडून मी म्हणाले, आई! तुम्हा लोकांना मी नको आहे. माझा पगार तेवढा हवा आहे.

सासू-सूनेत आणखी वाजू नये म्हणून त्यावेळी तू

आईना घेऊन गेलास. मग पून्हा येऊन मलाच म्हणालास, "सूचिता! अजून मी कमावत नाही. घरातला पैसा माझ्यावरच खर्च झाला आहे. तशा तूझ्याहून सूंदर मुली मला सांगून आल्या होत्या. केवळ तू नोकरदार म्हणून मी तूझ्याशी लग्न केलं".

माझ्याशी लग्न करण्याचा तुमचा स्वार्थी हेतू अशा रीतीने उघड झाला. पगारावरून भांडणे नकोत म्हणून मी मुंबईहून सांगलीला बदली करून घेतली. बदलीने साऱ्या कुटुंबालाच हादरा बसला. त्यातूनही येताना सासूबाई म्हणाल्या, "सुचिता! आपल्या कुटुंबाची जबाबदारी तुझ्यावरच आहे. सर्वांचे हाल करू नकोस. पैसा तेवढा वेळच्या वेळी पाठवत जा."

सांगलीला आल्यावरही दरमहा पगारातील ठराविक रक्कम तूला पाठवित होते. तरीही वेगवेगळी कारणे सांगून तू पैशाची मागणी करीत होतास. अजूनही तुला कोठे नोकरी नव्हती. कुठला व्यवसाय करण्याचीही तुझी इच्छा नव्हती. पती-पत्नीमधील नातंही नावालाच उरल होतं.

आज अचानक तू आलास. रूक्मिणीने दिलेला चहा पीत, चिवडयाचे बकणे भरीत तू म्हणालास, "सुचिता! आज आपण वेगवेगळे राहात आहोतच. त्यापेक्षा कायमचेच वेगळे झालो तर बरे होईल. मी बेकार आहे. जगायला पैसा हवा. एका व्यापाऱ्याच्या लंगडया मुलीचे स्थळ आले आहे. ते घरजावई करून घेण्यास तयार आहेत. त्या मुलीशी लग्न केले की माझा प्रश्न् कायमचा सुटेल. तो व्यापारी म्हातारा आहे. त्याची ती पोर एकुलती एक आहे. एकदा का तो म्हातारा गचकला की त्याची

सारी संपत्ती आपलीच. तू आतापुरत्या या डायव्हर्स पेपरवर सहया कर.” मग बेशरमपणे हसत पुढे म्हणाला, “सुचिता! तू अजिबात काळजी करू नकोस. कागदोपत्री जरी डायव्हर्स झाला तरी मी तुझ्याशीच प्रेम करीन. ती लंगडी काय, पडेल कुठल्या तरी कोपऱ्यात!”

आता मात्र माझ्या संयमाचा बांध फुटला. मी जोरात चिडून ओरडलेच, “रजनीकांत! तुला पती म्हणताना मला लाज वाटते. माझा पैसा खाताना तुला कधी माझ्या सुख दुःखाची जाणीव झाली का? दुसऱ्याच्या पैशावर डोळे ठेवून जगणारा तू बांडगूळ आहेस. असा माणूस काय कामाचा? चालता हो माझ्या पुढून.”

त्यावर डायव्हर्स पेपर्स पुढे करीत निर्लज्जपणे म्हणालास, “सुचिता यावर सहया तेवढया कर.” क्षणार्धात तुझ्या हातून पेपर ओढून घेऊन त्यावर सहया केल्या अन् तुझ्यासमोर टेबलावर टाकले. तू निघून गेलास. रूक्मिणी किचनमध्ये गेली अन् मी बेडरूममध्ये. त्याचवेळी बाहेर पून्हा मुसळधार पाऊस सुरू होता. त्या पावसाच्या धाराबरोबरच माझ्याही डोळयातून अश्रुंच्या धारा कोसळत होत्या. त्या तुटत नव्हत्या की थांबत नव्हत्या.

८

अधोगती

मन उगीचच व्याकूळ झालं होतं, उव्दिग्न झाल होतं. काही म्हणता काही सुचत नव्हतं. घरात बसवत नव्हतं. बाहेर हिंडायला, फिरायला मन धजावत नव्हतं. उगीचच बेचैनी वाढत होती. स्वःतःचाच राग राग होत होता.

त्यांचा विचार मनात आल्यावर जी चीड वाढली, ती काही केल्या जाता जात नव्हती. खरं तर मी त्यांना नावानंही नीट ओळखत नव्हतो. तसा त्यांचा चेहराही अनोळखीच. सकाळी फिरायला गेल्यावर कधी तरी रस्त्यावर दिसायचा तेवढाच.

ज्या बागेत मी नियमितनणे बसायला जायचो, तिथे ते यायचे अधूनमधून एवढीच त्यांची ओळख. त्या दिवशी बागेतले सारे जण निघून गेले. उरलो फक्त आम्ही दोघंच. समोरासमोरच्या बाकावर. काही वेळानं नीरव शांततेचा भंग करीत ते बडबडायला लागले. “तीस हजार रूपये कमावतो मी महिन्याला. बँकेचा शाखाधिकारी आहे. उद्या जी. एम. सुध्दा होईन. घरात राहुन माझ्याशीच....”

त्यांच्या या वक्त्व्यानं मी एकदम चपापलो. त्यांचे ते

अडखळते शब्दचं सांगत होते, की ते प्यायलेत- नशेत आहेत. ते माझ्याशी बोलत होते की स्वगत? खंर तर प्रत्येकाचं स्वतःचं एक आयूष्य असतं. त्यात आज ना उद्या कधी तरी कठीण काळ येतोच..... तणावाचा.... प्रत्येकाला वाटत असतं माझ्या जीवनाचा मीच खरा नायक... प्रत्यक्षात मात्र तो असतो ट्रॅजिडी किंग... ट्रॅजिक हीरो... शोकग्रस्त नायक. त्या क्षणी ते तसेच भासले मला.

त्यांचा "प्रॉब्लेम" तिथे फिरायला येणाऱ्या सर्वांच्याच परिचयाचा होता. मला मात्र त्या दिवशी तो समजला. नंतर मारुतीच्या शेपटाप्रमाणे त्यांची ती "इमोशनल पेजफुल स्टोरी" रोजच्या रोज वाढत चालली. पसरत चालली. ती सांगताना ते म्हणायचे, "मी कधी कुणाला खोटे सांगत नाही." मला मात्र ते थापा मारताहेत असंच वाटायचं. असते एकेकाला थापा मारुन सहानुभूती मिळवायची सवय !

त्यांच्या त्या दर्दभऱ्या कथेची नायिका होती त्यांचीच जीवनसाथी. तिच्यामुळेच आपल्या आयुष्यात ही वादळं उठली, उठत राहिली, असा त्यांचा दावा होता. पती-पत्नीच्या भक्कम नात्यात घुसलेल्या संशयाच्या भुतानं त्यांचं आयुष्य मोडुन-तोडून टाकलं. रागानं पत्नी मुलांना घेऊन बाहेर पडली ती कायमचीच. त्यांचा सुखी संसार नासला होता, मिठाचा खडा पडून दूध नासवं तसा. दारूच्या ग्लासात आता ते आपलं दुःख बुडविण्याचा प्रयत्न करीत आहेत, एखाद्याला चूक ठरविल्यानंतर त्याचं योग्य की आपलं,यातून मनात उठणारं वादळ तसं कुणाच्याच आयुष्यात चुकत नाही. हे वादळच त्याचं पुढचं जीवन उजाड करून सोडतं.

त्यांच्या बाबतीतही हेच घडलं. विचलित झालेल्या मनानं त्यांचं नोकरीवरचंही लक्ष उडालं. एकीकडे ते सातत्यानं कामात चुका करू लागले, तर दुसरीकडे बेजबाबदारवणे नोकरीला दांड्या मारू लागले. त्यांच्या या वर्तनामुळे बँकेनं त्यांना नोकरीतून बडतर्फ केलं.

खरं तर त्यांचा विश्वास होता त्यांच्या मित्रमंडळीवर आणि बँकेतील वरिष्ठांवर. कसल्याही संकटातून ते वाचवतील म्हणून; मात्र प्रत्यक्षात कुणीच त्यांना सहानुभूती दाखविली नाही. कुणी साधी त्यांची वास्तपुस्तही केली नाही.त्यांनी बँकेतून कर्ज उचललं आणि त्याचं व्याज ज्या वेगानं वाढत राहिल, त्याच वेगानं त्यांचं व्यसनही! त्याचा परिणाम असा झाला, की काही दिवसांतच त्यांच्या जवळचं सारं होत्याचं नव्हतं झालं अन् त्यांना रस्त्यावर यावं लागलं.

आता ते रस्त्यावरचे झाले होते; पण बँक काही त्यांच्या डोक्यातून जात नव्हती. मग ते शहरातल्या इतर बँकांत जाऊ लागले. आपला जुना इतिहास सांगू लागले आणि काम मागू लागले. मातीनं अन् घाणीनं बरबटलेले त्यांचे फाटके, धुळीनं माखलेला चेहरा,तोंडाला दारूची दुर्गंधी अन् तोंडातून गळणारी लाळ... त्यांची स्थिती बघून लोकांना त्यांची दया यायची अन् किळसही. कुणी पैसे पुढे केले तर म्हणायचे,"तसे नकोत, काम द्या!" मग बँकेचे बाथरूम संडास, स्वच्छतागृहात ते खराटा फिरवीत राहायचे. त्या कामाचे मिळालले दोन-पाच रुपये खिशात टाकून समाधानाने बाहेर पडायचे. तीच त्यांची त्या दिवसाची पुंजी!

पत्नीबरोबर तडजोड करायची त्यांची मुळीच इच्छा

नव्हती. पत्नीनं म्हणे घराबाहेर पडताना त्यांना आव्हान दिलं होतं, "आता मी कधीच चढणार नाही या घराची पायरी. आज ना उद्या तुम्हीच याल माझ्या पायाशी नाक घासत." त्यावर ते म्हणायचे, "मी मर्द आहे.... पुरुष आहे....मी नाही बाईच्या पाया पडणार. तशी ती खूप चांगली आहे हो. मला सांभाळून घ्यायची. आवडते मला. तिची आठवणही येते, तरीही मी झुकणार नाही.... तिला शरण जाणार नाही."

मग एकदा मीच आग्रह धरला, "खरं सांगू का? नका पत्नीबदृल मनात संशय धरू. या संशयानंच तुमच्या संसाराचे जुळलेले सूर तूटलेत. संसार तर बिघडला आहेच, आता आयुष्याही नासून चाललं आहे! ती तुमची पत्नी आहे. तुम्ही दोघांनी एकामेकांना जपणं, काळजी घेण, एकामेकांच्या चुकांकडे दुर्लक्ष करणं म्हणजेच सुखी संसार! अजूनही वेळ गेलेली नाही. तडजोड करा. सुखी होईल तुमचं, पत्नीचं आणि तुमच्या मुलांचं जीवन."

त्यावर त्रागा करीत ते म्हणाले, "छे... छे.... भलतंच? .... मी नाही तिच्यापुढे नाक घासणार... आज ना उद्या ना माझे पण चांगले दिवस येतीलच की?"

चांगले दिवस तर दूरच; उलट दारूनं त्यांना पुर्णपणे लाचार, दरिद्री बनविलं.एखाद्या क्षूद्र कीटकासारखे ते घृणास्पद जीवन जगत राहिले. त्यांचं हे रूप आकलनापलीकडेचं होतं.त्यांच्या या वर्तणुकीमुळे कळत-नकळत माझ्या मनात त्यांच्याविषयी अढी निर्माण झाली. असं वाटायचं, की हा माणूस का म्हणुन स्वतःची बरबादी करतोय? दारूनं यांची बुध्दी तर भ्रष्ट केली नसेल ना? त्याही स्थितीत ते मात्र समाधानी दिसायचे. कुठे तरी

बुडत्याला काडीचा आधार सापडल्यासारखे.

आकाशाला भिडणारे मोठमोठाले वृक्ष, त्यात मिसळून गेलेली छोटी छोटी झाडंझुडपं, वेली अन फुलझाडं, लाल-पिवळ्या फुलांचे कोपऱ्या कोपऱ्यावर उभे डेरेदार वृक्ष, त्यांच्या पायथ्याशी पसरलेली सुकलेल्या वाळक्या पानांची नक्षीदार चटई. झाड झाडांवर पक्ष्यांचा किलबिलाट आणि "प्ले सेक्सन" मध्ये बालचमूंची गडबड, गोधळ.... मन प्रफुल्लित करून जात होतं. या साऱ्यांचा आनंद घेत मी बागेतल्या बाकावर विराजमान होतो.

तोच कुणी तरी पाठीमागून येऊन मला खेटून बसलं. मी चमकुन मागं पाहतो तर चेहरा ओळखीचा. क्षणभर विश्वासच बसेना. तेच होते ते. आकाशी रंगाचा शर्ट आणि पांढरी शुभ्र पँट त्यांना शोभून दिसत होती. साफ नितळ, छानसा मेकअप केलेला मोहक चेहरा. माझ्याकडे पाहून हसत होता. आश्चर्यानं चमकून मग मीच विचारलं, "अरे! तुम्ही केवढे बदललात?"

त्यावर गडागडाटी हास्य करीत ते म्हणाले, "साहेब सांगितलं नव्हतं आज ना उद्या माझे पण चांगले दिवस येतील म्हणुन. मग ती पण येईल पाया पडत. आज तिचं बोलावण आलं आहे. मी जाणार आहे. बऱ्याच वर्षानी जातोय. मुलांना खाऊ, कपडे अन् तिला साडी...... पण आज माझ्यापाशी पैसे नाहीत. उसनवार देता थोडे?"

त्या काळात मी पण आर्थिक तंगीत होतो, पण एक तुटलेला, मोडलेला संसार उभा राहतोय. बरबाद झालेलं एक जीवन पुन्हा मार्गावर येतंय म्हणुन मी एक हजार रुपये काढुन दिले त्यांना. पैसे हाती ठेवतानाच पाणी तरळलं माझ्या डोळ्यात.

काही काळानंतर ते पुन्हा दिसले रस्त्यावर पहिल्यापेक्षा अधिक दुर्दशेत. अंगावर धुळीनं माखलेल्या चिंध्या, दाढीचे खुंट घाणीनं बरबटलेले, झिपऱ्या विस्कटलेल्या. तोंडाला दारूची अन घाणीची दुर्गंधी, चेहऱ्यावर घोंघावणाऱ्या माशा. डोळे मिटून ते निपचित पडले होते.

मग मीच जवळ जाऊन त्यांना हलवीत विचारले, "अहो! अन.... तुम्ही तर तुमच्या पत्नीकडे गेला होता ना?"

धुळीनं माखलेले डोळे उघडण्याचा प्रयत्न केला त्यांनी. मग उघडझाप करीत म्हणाले,"कुठली पत्नी? जिनं.... जिनं माझा संसार मोडला? मी नाही जाणार तिच्या दारात.... बायका काय.... एक गेली तर दुसरी!"

"ठीक आहे? पण माझ्या पैशाचं काय?" मी निर्लज्ज होऊन विचारलं.

"सॉरी.... सॉरी.... बॉस.... तुमच्याकडून घेतले खरे; पण माझ मन काही तयार झालं नाही तिच्यापुढे नाक घासायला, तुमचे पैसे.... ना.... पैसे.... ना. मी लवकर परत करणार..... डोन्ट वरी बॉस.... म्हणत त्यांनी पुन्हा डोळे मिटले!

१
भाभी

भाभी आर्त किंकाळी सारा आसमंत भेदून गेली. मग ती धाय मोकलून रडू लागली. उमाळा ओसरल्यावर ती रडत रडतच सांगू लागली. "दादा! माझी सोनुली गेली वो!... माझ्या लाडकीला कुणी तरी उचलून नेलं वो.... घर न घर पालथं घातलं. पोलिसात गेले. समद्या पुढाऱ्यास्नी भेटले. पण कुठेच ठाव लागला नाही."

तवा ऊनजाळ तापावा तसा तापलेल्या रस्त्यावर ऊन ओतत असायचे. त्या उन्हाचा सोन्यासारखा पिवळा धमक प्रवाह रस्त्यावरती ओघळून जायचा. चमचमत्या उन्हात मग रस्ताही विरघळून जायचा. रणरणत्या उन्हाला घाबरून सावल्याही मग दडत दडत पायाखाली लपत छपत चालायच्या. रस्त्यावरची धावपळ रोडवलेली असायची. त्या भव्य रस्त्याकडेला उभ्या लिंबाच्या झाडाला काट मारून एक छोटी गल्ली आत गेलेली असायची. पंचवीस-तीस वर्षापूर्वी भर उन्हात त्या गल्लीत एक चिरका आवाज घुमायचा, "चिरमुरे घ्या चिरमुरे! गरमागरम चिरमुरे!"

हा आवाज ऐकला की माझी तारांबळ उडायची. चटई पसरून पहुडलेला मी चटकन उठून उभा राहायचो. कमरेची सैल झालेली लुंगी घट्ट बांधायचो. हातात पैसे अन् पिशवी घेवून दारात एखाद्या व्दारपालासारखा भाभीची वाट पाहत उभा राहायचो. त्यानंतर पाचेक मिनिटात भाभी यायची.

कमरेला खोचलेला पदर, एक हात डोक्याच्या पाटीवर तर दुसऱ्या हातात शेंगदाण्याची पिशवी. काळेकुट्ट शरीर आणि काळाकुट्ट घामेजलेला चेहरा. त्या चेहऱ्यावर घामाने भिजलेला कुंकवाचा मोठा टिळा, अशा अवतारात दारात भाभी उभी राहायची. न बोलता मी तिच्या हाती पैसे ठेवायचो. मग तीही न बोलताच मूकपणे पैशाच्या हिशोबने शेर दोन शेर चिरमुरे पिशवीत ओतायची.

भाभी ही चिरमुरे विक्रीची व्यवस्था त्याकाळी अव्याहतपणे कित्येक वर्षे सुरू होती. आठवड्यातील चार दिवस ती सांगलीत चिरमुरे विकायची तर उरलेले तीन दिवस जयसिंगपूरात. दर रविवारी ती आम्ही राहत होतो त्या गल्लीत यायची. रविवारी सुट्टीचा दिवस म्हणून नियमितपणे आम्हीही चिरमुरे खरेदी करायचो.

हळूहळू दिवस सरत होते. नंतर नंतर भाभीबरोबर तिची ती वेडसर मुलगीही यायला लागली. गोरीपान, गोंडस, गुटगुटीत, लिंबासारखी रसरसलेली, देखणी, उफाड्याची, अंगठा चोखणारी अन् स्वगत बडबडणारी. ती सारखी वटवटायला लागली की भाभी डोळे वटारून तिला गप्प करायची.

खरंतर उन्हात फिरून फिरून भाभी आता दमत होती. थकत होती. दारात आली की म्हणायची, "दादा प्यायला

पाणी देता का? पाण्याचा तांब्या अन पेला दिला की, पेला बाजूला ठेवायची अन तांब्यानेच घटाघटा पाणी प्यायची. मग त्या वेड्या पोरीलाही पाणी पाजायची. एक दिवस मग मीच म्हणालो, भाभी! दमताय आता तुम्ही! किती दिवस असं कष्ट उपसत राहणार? त्यात आणि या मुलीला बरोबर घेऊन फिरता! त्यामुळे आणखी उगीचच दमता!"

माझ्या या बोलण्याचा घाव वर्मी बसला. भाभीचा काळा चेहरा आणखी काळा ठिक्कर पडला. तिच्या पाणीदार डोळ्यातून अश्रू तरळले. तिला गलबलून आले. मग घोगऱ्या आवाजातही ती म्हणाली, "दादा! लाडकी लेक हाय माझी ती! तिला कुठं एकलीला सोडू? त्यात ह्ये येडं. कोण सांभाळील ह्येला! कुणापाशी ठेवू? घरात तरी आता एकटी कशी राहील? आतापातरं दाल्ला हुता. त्ये गेल निघून! दिसं तर वाईट आल्याती! ह्येला सांभाळायचं का पोटाचं बघायचं. मग फिरतू बरूबर घेवून!" भाभीने एका दमात सारे रामायण वाचून दाखविले.

हळूहळू पुन्हा दिवस बदलत चालले होते. मात्र भाभीचा चिरमुरे विक्रीचा व्यवसाय अखंड सुरू होता. अचानक एका रविवारी भाभी गायब झाली. तिचं येणं थांबलं. तिच्या विक्रमी व्यवसायात खंड पडला. तब्बल सहा सात महिने भाभीचा आवाज घुमला नाही की भाभी कुठे दिसलीच नाही. रविवारी सुट्टीच्या दिवशी घरातील सर्वांना चिरमुऱ्यासाठी भाभीची आठवण यायची. मग अधूनमधून आम्ही दुकानातून चिरमुरे आणायचो. हळूहळू काळाबरोबर भाभी विस्मृतीत चालली होती.

त्या दिवशी रविवार होता. जयसिंगपूरचा बाजार.

भर दुपारची वेळ.   घरात भाजीपाला आणण्याची चर्चा सुरू होती.   तोच गल्लीत तो चिरका आवाज घुमला,"चिरमुरे घ्या चिरमुरे! गरमगरम चिरमुरे!" या आवाजाने त्याक्षणी राग आणि औत्सुक्य अशी संमिश्र भावना मनात उमटली. चिरमुरे विक्रीत खंड पडला म्हणून रागाने म्हणा की रूसून म्हणा, त्यानंतर तीन चार वेळा भाभी दारावरून गेली तरी आम्ही चिरमुरे खरेदी केली नाहीच. तरीही मनात मात्र विचार यायचे, "त्या वेड्या मुलीला घेवून इतके दिवस कशी जगली असेल भाभी? तिची ती वेडी पोर कुठे गेली? तिने चिरमुरे विक्री का बंद केली असेल? अन् आता पुन्हा का चालू केली?"

भाभीची विक्री व्यवस्था पूर्वपदावर येऊ लागली. दिवस सरत होते. तसा भाभीवरचा आमचा राग विरत होता. मग आम्हीपण पुन्हा चिरमुरे खरेदी सुरू केली. आता चिरमुरे विक्रीला भाभी एकटीच यायची. आता पूर्वीसारखी ती तणावग्रस्त जाणवत नव्हती. आता ती मनावरचं मोठ ओझं हलकं झाल्यासारखी वावरायची. तरीही ती आपल्या विश्वात हरवल्यासारखी भासायची. शून्यात नजर लावून बसायची.

त्या दिवशी मी गल्लीच्या कोपऱ्यावर उभा होतो. तेव्हा भाभी झपाझपा पावले टाकीत भराभरा चालत होती. ती आपल्याच तंद्रीत होती.   आणि अचानक थांबली. विचाराच्या तंद्रीत ती आमच्या गल्लीच्याही पुढे निघून गेली होती. परत फिरून आली अन् गल्लीत घुसली. ती दारात आली तेव्हा मी पैसे अन् पिशवी घेवून दारात उभा होतो.

खरंच जीवन मोठं चमत्कारिक आहे, त्यात घडणाऱ्या कितीतरी घटना आपल्या हातात नसतात हेच खरं.

तरीही कळत न कळत आपण त्यात गुंतत जातो. भाभीच्या बाबतीत माझेही तसेच झाले.तिच्या त्या तंद्रीशी, हरवल्यासारख्या वागण्याशी अन तिच्या त्या वेड्या मुलीशी माझे काहीच देणे घेणे नव्हते. तरीही भाभीला मी उगीचच छेडले, "भाभी! हल्ली तुमचे कामावर लक्ष नसते. तुमची ती मुलगीही दिसत नाही? काय प्रकार आहे?" माझ्या या छोट्या प्रश्नांनी क्षणार्धात तिथे धरणीकंप झाला. धरती, आकाश, झाडेझुडपे, नद्या, नाले, घरे दारे सारे गदा गदा हलू लागले. प्रलय होतो की काय असा भास झाला.

भाभीची आर्त किंकाळी सारा आसंमत भेदून गेली. मग ती धाय मोकलून रडू लागली. उमाळा ओसरल्यावर ती रडत रडतच सांगू लागली. "दादा! माझी सोनुली गेली वो! माझ्या लाडकीला कुणीतरी उचनून नेली वो.... घर न घर पालथं घातलं. पोलिसात गेले, समद्या पुढाऱ्यास्नी भेटले. पण कुठेच ठाव लागला नाही." असे सांगत सांगत ती हुंदके देऊ लागली.

भाभीच्या उफाड्यातील तरुण मुलीवर नजर ठेवून कुठल्या तरी गुंडांनी तिला पळविले. भाभीने साऱ्या पंचक्रोशीत फिरून तिचा शोध घेतला. पण सारे व्यर्थ! मग जगण्यासाठी भाभीची पुन्हा पायपीट सुरू झाली.

नंतर नंतर वाटायचे, सुटली एकदाची भाभी या जंजाळातून आता तिला चार पैसे मिळतील. यापुढचे आयुष्य तरी ती सुखाने जगेल असं वाटत होतं. पण आता तर भाभीच्या पायतल्या फाटक्या चपलाही गायब झाल्या. तरी रस्त्याने अनवाणीच फिरू लागली. आता तिच्या साडीला सतराशे साठ ठिगळे दिसू लागली. भाभीचे

नवे रूप अनाकलनीय होते. न राहून मी पुन्हा एकदा भाभीला विचारले, “काय भाभी? आता काय? एकटा जीव सदाशिव! धंद्यातला पैसा कुठल्या बँकेत टाकताय? म्हातारपणाची तरतूद करताय काय? अंगावर धड ना कपडा की पायात धड ना चपला?” माझ्या या प्रश्नावर भाभी खिन्नपणे हसली नंतर निराशेने म्हणाली, “दादा! नशिबात सुख नको का? पोरगा इंजिनियर शिकत्योय. त्येला पैसा द्याया लागतो. सगळी म्हणत्यात भाभीचा पोरगा लई हुशार! म्हणून करते खर्च. अजून दोन वरीस तरास हाय बघा! तेव्हा कुठे कळले की भाभीला एक मुलगापण आहे.”

काळ बदलला. आम्ही जयसिंगपूर सोडून सांगलीत स्थायिक झालो. भाभीचा अन् तिच्या चिरमुऱ्याचा आमच्याशी संपर्क तुटला. नंतर बऱ्याच वर्षांनी भाभी सांगलीत रस्त्याकडेला उभी असलेली दिसली. भिकारणीसारखी ओंगळवाणी. हसून ओळख दाखविल्यावर मग मीच विचारले “भाभी! झाला का तुमचा मुलगा इंजिनिअर?” त्यावर निराश होऊन खिन्नपणे ती म्हणाली, “नाही दादा! नापास झाला” मग स्वगत बोलल्यासारखी तिने मला विचारले,“दादा! कधी येतील काव मला सुखाचे दिस? तिच्या या प्रश्नाला माझ्याजवळ उत्तर नव्हते. घरी परतताना माझं मन विचार करीत होते, खरंच भाभीचा मुलगा होईल का कधी इंजिनिअर? कधी घेईल का तो आपल्या अडाणी आईची काळजी? वेड्या पोरीचा सांभाळ करणारा, ऐपत नसताना मुलाला इंजिनिअर बनविण्याची स्वप्न पाहणारा, आयुष्यभर काबाडकष्टात झिजलेल्या त्या जिवाला कधी उपभोगता येईल का एखादा सुखाचा क्षण!”

१०

माँ

पोलीसांनी आम्हाला एकत्रच ठाण्यात आणले. चौकशी नंतर संध्याकाळी तुरूगाधिकाऱ्याचे ताब्यात देवून ते निघून गेले.

तुरूगाधिकाऱ्याने रजिस्टरमध्ये एकेकाची नोंद घेतली. नोंद करता करताच अधून मधून तो शारदाला न्याहाळीत होता. माझे भस्म लेपीत शरीर, जटा, दाढी, कमंडलू, त्रिशूळ रेशमी पितांबरी, कपाळावरचा टिळा त्यास भारावू शकला नाही. मात्र भगव्या वेश्यातील संन्याशीना पहिल्यांदाच आली असावी. तुरूगात अधिकाऱ्याने सर्वांच्या शरीरावरील खाणाखुणासह शरीराची बारीक नोंद करून घेतली. मग वजन, उंची मापण्यात आली. नोंद झाल्यावर वॉर्डरने तुरूगाचे आतले दार उघडले. पुरूषांच्या कारागृहाकडे आम्हाला अन् महिला कैद्यांच्या कारागृहाकडे शारदाला घेवून निघाले. त्यावेळी लाचार नजरेने आम्ही दोघे एकमेकांकडे पाहात होतो. तीच आमची अखेरची भेट.

शारदाची अन् माझी भेट पण माँच्या आश्रमातच

झाली. माँचा आश्रम त्या भागचे तीर्थक्षेत्र म्हणून ओळखला जायचा. त्यांच्या भक्तीचा महिमा साऱ्या आसमंतात दरवळत होता.

तो दिवस आजही मला आठवतो. माँ अकरा दिवसाचा उपवास अन् सात दिवसाचे मौन सोडून प्रथमच सभा मंडपात विराजमान झाल्या होत्या. त्यांच्या दर्शनासाठी आश्रमाबाहेर हजारो स्त्री पुरूषांनी रांगा लावल्या होत्या. आश्रमाचे परिसरात गर्दीची जत्रा भरली होती. त्या परिसरात हजारो वाहनांची गर्दी उसळली होती.

माँचा थुलथुलीत, धष्टपुष्ट देह, चेहऱ्यावरील बुध्दीमत्तेचे तेज, कपाळावरील त्रिशूळाचे कोरलेले निशाण डोक्यावर जटांचे भेंडोळे, मूखातून निघणारा "अलख निरंजन" चा खणखणीत स्वर भक्तांचे लक्ष वेधून घेत होता.

बस स्टॉपवर खिसा कापताना लोकांच्या तावडीत सापडलो. लोकांनी मग बद बद बदडले. साल्यांनी सारी हाड खिळखिळी करून टाकली. पोलीसांच्या ताब्यात दिल्यावर पोलीसांनी पण धुलाई केली. नको जीव झाला. मरून जावं वाटायला लागले. पोलीसांनी जवळचा सगळा पैसा पण काढून घेतला मग दिले सोडून. फिरत फिरत या आश्रमात आलो.

पोटात आगीचा डोंब उसळला होता. उठून उभं राहायची ताकद नव्हती म्हणून कोपऱ्यात पडलो होतो. रात्र झाली. गर्दी ओसरली. आश्रमाची दारे बंद होवू लागली. तेव्हा माँ ची शिष्या, शारदा माझेजवळ आली म्हणाली, "भक्ता आश्रम बंद झालाय! सकाळी १० वा. पुन्हा उघडेल. त्यावेळी या!" त्यावर मी म्हणालो होतो,

"मला कुठेच आसरा नाही. मी माँच्या आश्रयाला आलोय!" तशी ती आल्या पावली परत गेली.

काही वेळाने चंगेजखानी मिश्यावाला, भस्म विलोपित भगवा वेषधारी, जटाधारी साधू माझेजवळ आला. त्याची माझी नजरभेट होताच त्याने मला खुणेनेच "ऊठ! माझ्या पाठी ये" अशी खुण केली. तो मला सरळ माँच्या अंतगृहात घेवून गेला. माँ मंचकावर लोडाला टेकून ऐसपैस बसल्या होत्या. त्यांच्या अवती भोवती जमिनीवर त्यांचे शिष्य, शिष्या ऐसपैस पहुडले होते. ते सारेच नशेत होते. मी प्रवेश करताच एका शिष्याने "बम भोले! बम बम भोले!! अलख निरंजन! सर्व दुःख भंजन" तार स्वरात आवाज काढला. तसा साऱ्या शिष्य गणांचा पहाडी स्वरातील तीव्र ध्वनी त्या अंतःगृहात प्रतिध्वनीत झाला.

या निनादात माँ नी लाल रिबीन लावलेली चिलिम उचलली. ती रिबीन चिलीम भोवती गुंडाळली. चिलीम मुठीत धरुन दोन्ही मुठीचा शंख तयार केला. मग चिलीम सह शंख माथ्याला लावला. माँ नी डोळे मिटले. मग त्यांचा "अलख निरंजन" चा आवाज निनादला माँ नी चिलीम तोंडाला लावताच ती शिष्या लगबगीने उठली. तीने लायटर पेटवून चिलीम शिलगावली. माँ नी जोराचा झुरका मारला, मग हळूहळू धुर सोडला. तीने चार झुरके मारल्यावर माँ नी मग शेजारी तिष्ठत उभ्या असलेल्या शिष्याकडे ती सोपविली. ईश्वराचा प्रसाद समजून शिष्याने ती अदबीने स्विकारली तीने तीन चार झुरके मारुन ती चष्मेवाल्या जटाधारी शिष्याकडे सुपूर्द केली.

साऱ्या शिष्य गणाकडे फिरुन अखेरीस ती माझेकडे आली. क्षणभर मी घाबरलो, संकोचलो. त्यावेळी

माँ म्हणाल्या, बाळा गांजा तर शिवशंकराची बुटी आहे. सरकारही त्यास रोखू शकत नाही. मग मी ही तीचा झुरका घेतला. पहिल्या झुरक्यातच मी आकाशात उंच भराऱ्या मारल्या. त्या क्षणापासून मी आश्रमाचाच झालो.

हळूहळू माझ्या वेशात बदल झाला. अंगावरती रेशीमी नागपुरी पितांबर, ललाटावर चंदन टिळा अन् अंगावरती भस्माचा लेप, डोक्यावर जटा, गळ्यात गुलाबाचे फुलांचे माळा आणि पायात खडावा आल्या. मग मी माँ चा सर्वात लाडका शिष्य बनलो.

आश्रमात चरस,गांजा, अफूची आवक मोठी होती त्याचा हिशोबाची जबाबदारी माझाकडे आली. माझ्या मदतीला शारदा आली. त्या कामातुनच आम्ही एकमेकांचे जवळ आलो. हळूहळू एकमेकांचे झालो.

शारदा एका टेलरची मुलगी, वयात आलेवर तिची नजर भिरभिरू लागली. ती दुकानात येणाऱ्या एका तरूणावर स्थिरावली. मग दोघे घर सोडून पळाले. मात्र त्याने शारदाला धोका दिला. निराश झालेली शारदा साधूंच्या झुंडीतून फिरू लागली. फिरून फिरून कंटाळली मग माँ च्या आश्रमात राहिली.

त्या रात्री कडक नशा यावी म्हणून गांजात तंबाखू घालून मी चिलीम ओढली होती. नशेतच पहुडलो. रात्री अपरात्री कर्ण कर्कश हॉर्न वाजवित गाड्या आल्या. मग थांबल्याचा आवाज, मग बुटांचे टापाचे पळपळीचे आवाज, आरडा ओरडा, गोंधळाचे आवाज येत राहिले. जागेवरून हलण्याचे माझेत ताकद नव्हती.

काही वेळातच काठ्याचे फटके मला बसू लागले.मी ओरडू, किंचाळू लागले. मग मला फरफटत ओढत माँ

च्या शयनगृहाकडे घेवून गेले.

दारावर टकटक होताच क्रोधाने लालबुंद झालेल्या माँ त्रिशूल उगारतच पोलीसांवर धावल्या. त्यांचा रूद्रावतार बघून पोलीस ही हबकले, "शिवभक्त माँ वर हल्ला करणेची कुणाची हिम्मत? ये पुढे ये! भस्म करूनच टाकते तूला!" त्यांचा अवतार, समाजातील लोकप्रियता बघून पोलीसांनी जप्त केलेला गांजा घेवून तेथून पळ काढला.

माँ चा पोलीसांवरील प्रभावाने आम्ही ही चकीत झालो. पोलीस छाप्याने माँ व्यथित झाल्या. त्यांनी शयनगृहाचे दार बंद केले. तब्बल चार तासांनी ते उघडले, त्यावेळी पहाट होत होती. त्या बाहेर आल्या अन निघून गेल्या.

सकाळ झाली. आमचे चहापाणी झाले. सकाळचे ११ वा. तरी माँ चा पत्ता नव्हता, आमच्या गप्पा चालूच होत्या. तोच पोलीस गाडी आली. कालचेच पोलीस होते, पण ते साध्या वेशात होते.

आल्या आल्याच त्यांनी विचारले "माँ कुठे आहेत? त्या पहाटेच निघून गेल्याचे सांगताच अधिकाऱ्यांचे चेहरे उतरले. ते एवढेच म्हणाले, आता ती कधीच येणार नाही!" त्यांनी आम्हाला ताब्यात घेतले. आश्रमाची झडती घेतली. मग आम्हाला पोलीस गाडीत घालून गाडी पोलीस ठाण्याकडे निघाली. तेव्हा मी अन शारदा एकामेकांकडे, दिनवाण्या नजरेने पाहत होतो अन भविष्याची चिंता करीत होतो.

११
स्वप्नवेडी

सुचिताला झोपेतून जाग आली तेव्हा सूर्याची किरणे खिडकीतून येऊन किचनमधल्या रॅकवर पडली होती. रॅकमधल्या स्टीलच्या भांड्यावरुन परावर्तीत होऊन त्याचा उजेड बेडरुममध्ये घुसला होता. "इतका उशिर" दचकून सुचिताने स्वतःलाच प्रश्न केला. शेजाऱ्याचा टि. व्ही चा ढँss..... ढँss ..... आवाज घुमत होता. या आवाजाने पण आपणाला कशी जाग आली नाही याचेही आश्चर्य तिला वाटत राहिले.

भराभरा कामे उरकून आईने दिलेला टिफीन उचलून "आई जाते गं" म्हणत ती बस स्टॉपकडे पळालीसुध्दा. ऑफिसात आली तेव्हा राहूल फाईली वाचत बसला होता. "सॉरी सर...." म्हणत तीने आपल्या टेबलावर पर्स ठेवली अन् ड्राव्हरमधील डायरी घेऊन ती राहुलसमोर बसली.

सुचिता "सुरेखा टेलरिंग प्रशिक्षण संस्थे" तील नोकरीमध्ये आता स्थिरावली होती. आपल्यासारख्याच इतर गरीब स्त्रिंयाना आपल्या या नोकरीतून मदत होते, नोकरीमुळे आपल्या वृध्द मातेला आपण सांभाळू

शकतो याचेही तीला समाधान होते. संस्थेचा हिशोब, हजेरी पत्रक, कर्मचारी स्त्रियांवर देखरेख, मालाचा दर्जा अन संस्थेच्या अध्यक्षांना त्यांचा कामात मदत इतक्या जबाबदाऱ्या या छोट्या संस्थेत तिला सांभाळ्याव्या लागत होत्या.

राहूल हे संस्थेचे प्रमुख होते. राहुल यांची विधवा बहिण सुरेखा या संस्थेच्या अध्यक्षा होत्या. पण त्या नावालाच. राहुलच सर्व कारभार पाहात. कुर्ता, पायजमा, सलवार, कमीज, ब्लाऊज, बाळांची झबली इत्यादी तयार कपडे संस्थेत तयार केले जात होते. हा माल संस्था दुकानदारांना ठोक भावात पुरवित होती. त्याच्या विक्रीतून येणारी रक्कम कापड, वीज, पाणी, कामगार पगार अन संस्था विकासासाठी खर्च होत होती.

भाड्याच्या छोट्या खोलीत सुरू केलेल्या संस्थेचा कारभार आता संस्थेच्या स्वतःच्या इमारतीत आला होता. रेडिमेड कपड्याची निर्मिती बरोबरच संस्थेने कॉम्प्युटर ट्रेनिंग सेंटर, पाककला, विणकाम, तसेच पापड, लोणची, चटण्या यांची निर्मिती सुरू केली होती. संस्थेच्या विकासाची गती पाहून संस्थेला सर्व थरातून पाठींबा मिळत होता. सरकारने संस्थेचे यश लक्षात घेऊन अनुदानही मंजूर केले होते.

संस्थेच्या अध्यक्षा श्रीमती सुरेखा यांना आधार मिळावा या उद्देशाने त्यांचे धाकटे बंधू राहूलनी ही संस्था सुरू केली होती. राहुल आणि सुरेखाचे वडील प्रदिपराव हे निवृत्त सरकारी अधिकारी, त्यांना तीन मुले. थोरला दिलीप, त्या पाठची सुरेखा अन धाकटा राहुल. दिलीप एका कंपनीत अधिकारी होते. सुरेखाचा उद्योगपती

जयंतशी विवाह झाला होता, धाकटा राहुल नुकताच पदवीधर बनला होता.

लग्नानंतर जयंत-सुरेखाचे दाम्पत्य जीवन सुरुवातीच्या काळात सुखाचे गेले. नंतर मात्र सुरेखाने माहेरून पैसे आणावेत म्हणून तीचा छळ सुरू झाला. प्रदिपरावांनी मुलीच्या सुखासाठी काही मागण्या मान्य केल्या. अशा छळाच्या यातना सहन करीतच सुरेखाने लताला जन्म दिला. लताच्या जन्मानंतर आता सुरेखाचे जीवन सुखी होईल असे प्रदिपरावांना वाटत होते. पण झाले उलटेच, जयंत व्यसनाधिन बनला. तो रात्री अपरात्री पिवून घरी येऊ लागला. दारूच्या नशेत सुरेखाला मारहाण करू लागला. तब्बल वर्षभर हा प्रकार सुरू होता. अखेर दारूच्या नशेतच ड्रायव्हींग करताना जयंतचा कारवरील ताबा सुटल्याने मृत्यू झाला.

सुरेखाला अकाली वैधव्य आले. सासरच्या लोकांनी तिला घराबाहेर काढले. सुरेखा लताला घेवून माहेरी आली. आपल्या डोळ्यादेखत मुलीचे उध्वस्त झालेले जीवन पाहून प्रदिपराव खचले. चिंता, काळजीने त्यांना ग्रासले. त्यांच्या व्याधी वाढल्या. घरातला खर्च वाढला. राहुलला अजून नोकरी नव्हती. दिलीपने प्रदिपरावांचे उपचारासाठी खर्च केला, पण त्याचा फारसा उपयोग झाला नाही. प्रदिपराव अखेर गेले.

राहुलच्या बेकारीनेच प्रदिपराव गेले असा दिलीपचा समज झाला. त्यामुळे तो वारंवार राहुलला अपमानीत करू लागला. दोन भावांत कटूता वाढत चालली. त्यांची आई पद्मावतीबाईंनी दोघांना वारंवार समजावण्याचा प्रयत्न केला, पण त्यात त्यांना यश आले नाही.

राहुल वयाने वाढू लागला, तशी पद्मावतीबाईंना त्यांच्या लग्नाची चिंता सतावू लागली. त्या "मला मरण्याअधी सूनमुख, नातवाला पाहू दे" असा हट्ट धरू लागल्या. आता राहुलला नोकरी मिळाली होती. त्यामुळे त्याचा सारा दिवस नोकरी, संस्थेचे कामकाज अन् घरातल्या कामातच जात असे. त्याला स्वतःच्या लग्नाचा विचार करण्यास सवड मिळत नव्हती. दिलीप रोज पद्मावतीबाईंकडे लग्नाची स्थळे, फोटो देत असत. राहुल तिकडे लक्ष देत नसल्याने मग घरात वाद होत. कधी कधी पद्मावतीबाई अन्न, पाणी वर्ज्य करीत. अशा वेळी राहुल गोड बोलून आईची समजूत काढीत असे.

सूनमुख अन् नातवाचे तोंड न पाहताच पद्मावतीबाईंनी हे जग सोडले.पद्मावतीबाईंच्यावर अंत्यसंस्कार झाल्यावर दिलीपनी चिडूनच माझ्या आई, वडिलांच्या मृत्यूला हा हेकेखोर राहूल जबाबदार असल्याचा आरोप करुन चार चौघात त्याची निर्भत्सना केली. हे शब्द राहुलच्या जिव्हारी लागले.

राहुल टेबलावरील फाईली वाचण्यात गर्क होता अन् सुचिता इतका वेळ त्याचा चेहरा निरखित बसली होती. अधुनमधून राहुल सांगेल ते टिप्पण सुचिता डायरीत नोंद करीत होती. तशी सुचिता बी कॉम होती. हिशोबात तरबेज होती. उद्या संस्थेचे सरकारी ऑडिट होते. त्यामुळे सर्व कागदपत्रांची जुळवाजुळव सुरू होती. राहुल या संस्थेचा भार सांभाळीत होता. सुचिता नोकरीत आल्यापासून त्याच्या कामाचा भारही काही प्रमाणात हलका झाला होता.

सुचिताला पगार जरी कमी मिळत असला तरी

महिलांसाठी काम करणारी संस्था, नोकरीची सुरक्षितता, कामाचे स्वातंत्र्य, पदाच्या रुपाने मिळणारा मान यामुळे ती नोकरीत रमली होती. राहूलची निर्णय क्षमता, मदत करण्याची वृत्ती, सहनशीलता आणि मितभाषी स्वभाव यामुळे खरं तर ती त्याच्यावर भाळली होती.

तशी सुचिता सर्वात धाकटी. थोरली लिला, त्यापाठची कुसूम. बालपणी वडिलांची कमी पगाराची नोकरी अन्‍ खर्चिक स्वभावामुळे हाल झाले. घरातले दारिद्र्य अन्‍ वडिलांचे अकाली निधन यामुळे संकटात वाढच झाली. सुचिताच्या आईने भावाच्या मदतीने लिला, कुसूमची कशीबशी लग्ने लावून दिली. मग मात्र तीने धुणीभांडी करीत करीत सुचिताला शिकविले. कापड दुकानात सेल्समनची नोकरी करत सुचिताने कॉलेजचे शिक्षण पूर्ण केले.

राहुलच्या संस्थेत सुचिताला नोकरी मिळाली अन्‍ या नोकरीने तीचे सारे जगच बदलून टाकले. नैराश्यमय जीवनातून ती बाहेर आली. समाजातील इतर स्त्रियांच्या सुखदुःखाशी ती जोडली गेली. आपल्या व्यक्तिमत्वाचीही तीला जाणीव झाली. राहुलमुळेच तीला हे नवे जग गवसले होते. राहुललाच तीने गुरुस्थानी मानले होते.

राहुलचे शांत, धीर गंभीर बोलणे, विचारावर ठाम राहून काम करण्याची वृत्ती तिला आवडत होती.

“सुचिता! कामाचे वेळी फक्त काम! तेच विचार डोक्यात असले पाहिजेत....” राहुलच्या धीरगंभीर आवाजाने ती भानावर आली.

तोच “कर्रऽऽर्र....कच ....” आवाज करीत अचानक

एक कार येवून संस्थेच्या दारात थांबली. कारचा दरवाजा उघडून दिलीप खाली उतरले. तेव्हाच राहुलच्या मनात शंकेची पाल चुकचुकली. कुठलीही पूर्वसूचना न देता दादा यावेळी इकडे कसा? दिलीप ऑफिसमध्ये येताच राहुलने पुढे होऊन त्यांना नमस्कार केला.

"राहुल! जरा बाहेर जायचं आहे. चल माझ्याबरोबर" : दिलीप

"दादा! विशेष काम आहे का?" : राहुल

"अरे! प्रश्न कसले करतोस?" : दिलीप

"दादा! संस्थेचे उद्या ऑडीट आहे. यापेक्षा आणखी कुठले महत्वाचे काम आणलेत म्हणून विचारले" : राहुल

"बाहेर गाडीत आमदार संभाजीराव बसलेत. त्यांच्या भाचीसाठी स्थळ म्हणून ते तुझ्याकडे पाहात आहेतः"

"दादा! उद्याचं संस्थेचे ऑडीट आहे. मी काही खोटं नाटे करीत नाही. हे एवढे काम संपवितो. तोपर्यंत तुम्ही पुढे घरी चला. आलोच मी तुमचे पाठोपाठ....."

राहुल यावर दिलीप संतापले अन् रागाने म्हणाले, "घरी? त्यांना कुठे कचऱ्याच्या ढिगात घेऊन जावू? त्यांच्या सांगण्याप्रमाणे वाग. सारे जीवन बदलून टाकतील ते तुझे......"

त्यांच्या संतप्त स्वराला झेलत राहुलने शांतपणे धीर गंभीर स्वरात उत्तर दिले. "दादा! नका माझे जीवन बदलण्याचे स्वप्न पाहू. आई बाबा जीवंत असताना जिथे मी लग्नाचा विचार केला नाही. तिथे कोणी आमदार आले म्हणून थोडेच लग्न करीन? एक तर मी लग्न करणार नाही. तशी वेळ आली तर या सुचितांच्या आईची परवानगी घेऊन कुठल्याही भल्याबुऱ्याचा विचार

न करता या सुचिताच्या गळ्यात माळ घालीन."

राहुलचे हे वक्तव्य ऐकून रागाने दिलीप तिथून निघून गेले. इकडे सुचिता मात्र स्वप्नाच्या नव्या दुनियेत स्वच्छंदपणे भराऱ्या मारू लागली.

१२
स्वयंसिध्दा

स्वयंसिध्दाची थोरली बहीण लोळघोळ होऊन पडली होती. रडून रडून थकली होती. कोणी निकटचा नातेवाईक, ओळखीचा येताच "अहो! या हो, अहोss. या हो" असा टाहो फोडून, हंबरडा फोडून गलितगात्र झाली होती. गेल्या ४८ तासांत तिच्या पोटात पाण्याचा थेंब गेला नव्हता. अन्नच काय, साधा पाण्याचा ग्लास जरी पुढे केला तरी ती भिरकावून देत होती.

गेली ३८ वर्षे तिचा सांभाळ करणारा, तिची हौस-मौज पुरविणारा तिचा जीवनसाथी तिची साथ सोडून गेला होता. गेल्या ४८ तासांत ती नातेवाइकांच्या, भावंडांच्या, मैत्रिणींच्या गराड्यात असूनही एकाकी होती. काय करू, काय नको, तिचे तिलाच समजत नव्हते. हंबरडा फोडण्याशिवाय तिच्याजवळ काहीच उरले नव्हते.

सकाळ झाली. हळूहळू दूरवरचे एकेक नातेवाईक तिच्या घरासमोर जमू लागले. थोड्याच वेळात गावातील संबंधितांनीही गर्दी केली. तिची धाकटी बहीण स्वयंसिध्दा तिच्याशेजारी बसून होती. तिला

धीर देत होती. आधार देत होती. सकाळचे नऊ वाजले. रक्षाविसर्जनासाठी जाणाऱ्या पुरुषांनी बाहेर गडबड सुरू केली. नैवेद्यासाठी अन्न, फुले, हळदी- कुंकू, गोमूत्र, शेण, रक्षाविसर्जनासाठी पोती इत्यादी साहित्य गोळा झाले. आता फक्त दोनच गोष्टी उरल्या. तिच्या सौभाग्याचं लेणं हिरवा चुडा अन् मंगळसूत्र.

इतर साऱ्या वस्तू गोळा झाल्या तरी ती शांतच होती. गप्प होती. आपल्याच विश्वात डोळे लावून बसली होती. तेवढ्यात शेजारच्या बाईने तिला हाक दिली. “ताई, हातातला चुडा तेवढे द्या अन् गळ्यातले मंगळसूत्र तेवढे काढा. या एकाच वाक्याने तिथे धरणीकंप झाला. सारे आकाश अन् सारी धरती गदागदा हलू लागली. तिच्या दर्दभऱ्या किंकाळ्यांनी सारा आसमंत भेदून गेला. क्षणार्धात ती दीनवाणी बनली, भिकारी झाली.”गेली ३८ वर्षे जपलेलं सौभाग्य लेणं, या बांगड्या, हे मंगळसूत्र काढू नका हो, तोडू नका हो” म्हणून विनवू लागली; पण जमलेल्या स्त्रिया कुठे ऐकण्याच्या मनःस्थितीत होत्या? त्या पुढे सरसावत होत्या.

तिला धीर देणारी, तिची काळजी घेणारी स्वयंसिध्दा हे सारे मुकपणे पाहत होती. क्षणार्धात तिचे मन भूतकाळात गेले.तब्बल दहा वर्षापूर्वीची घटना. ती ज्या गावात राहत होती,त्या गावाचा राजा, भूतपूर्व संस्थानिकाचे निधन झाले होते. अन्य स्त्रियांसमावेत तब्बल आठ दिवसांनी त्या संस्थानिकाच्या पत्नीचे, राणीचे सांत्वन करण्यास गेली होती. राणीच्या महालात प्रवेश करताच तिथल्या मंचावर तीन स्त्रिया हसत, गप्पा मारत बसलेल्या दिसल्या; मात्र त्या तिघींच्याही गळ्यात

मंगळसूत्र अन् हातात बांगड्या होत्या. भेटण्यास आलेल्या स्त्रियांनी तर राणीला पूर्वी कधीच पाहिले नव्हते. त्यामुळे त्या थबकल्या. त्यांची ही अडचण राणीच्या मुलींच्या लक्षात आली अन् ती चटकन म्हणाली, "ही आमची आई"

स्वयंसिध्देला हे कळेना, तीही स्त्री अन् हीसुध्दा स्त्री. तिथे तसे अन् इथे असे का? पतीच्या निधनानंतर आठ दिवसांनीही राणीच्या अंगावर सौभाग्याची लेणी जशीच्या तशी, मग माझ्याच बहिणीवर हा अत्याचार का? क्षणार्धात स्वयंसिध्दा कडाडली, "थांबा, तिच्या बांगड्यांना हात लावू नका. तुम्हाला बांगड्या अन् मंगळसूत्र हवे ना. तिने उतरविलेले मंगळसूत्र अन् बांगड्या कपाटात आहेत. न्या त्या पूजेला."

स्वयंसिध्देच्या या आवाजाने बायका चिडीचूप. नंतर आपसात कुजबूज. "बाई,काय जमाना आलाय, लोक आता रीतीभाती विसरली.

तोच तिला थोरला भाऊ पुढे सरसावला. "दीदी, समाजाच्या रीतीप्रमाणे जाऊ. नको त्यांना तू अडवूस."

पुन्हा स्वयंसिध्दा कडाडली, "कुठली रीत? गेल्या ४८ तासांत ताईच्या पोटात ना अन्न ना पाणी. पूजेला हवीत ती सौभाग्य लेणी दिली आहेत. गेली ३८ वर्षे जी लेणी अभिमानाने मिरवली ती क्षणार्धात अशी कशी तोडता? आधी तिचे जीवन स्थिर होऊ दे. तिच्यात जगण्याची आशा निर्माण होऊ दे, मग तीच ठरवेल काय करायचं या सौभाग्यलेण्यांचं. अखेर कपाटाले मंगळसूत्र अन् बांगड्या घेऊन तो कारवाँ निघाला रक्षाविसर्जनासाठी. स्वयंसिध्देच्या बंडखोरीमुळे एका बहिणीवरील रीतीभातीचा होणारा अत्याचार त्या क्षणी थांबला होता.

१३
झंझावत

लोडशेडींगमुळे घरभर अंधार पसरला होता. नाही म्हणायला देव्हाऱ्यातील निरंजनाची ज्योत तेवढी प्रकाश देत होती. कोपऱ्यातील खिडकीतून अधूनमधून वाऱ्याची हलकीशी झुळूक तेवढी आंत घुसायची. त्या झुळकेने निरंजनातील ज्योत थरथरायची. ज्योत जसजशी थरथरायची तसतशा भिंतीवरील सावल्याही हलायच्या. कांही वेळाने ज्योत स्थिर झाली की मग त्या सावल्याही स्तब्ध उभ्या राहायच्या.

सीता उंबरठयाजवळ बसून भाजी निवडत निवडत हा खेळ पाहात होती. मग तीलाही वाटायला लागलं ज्योतिच्याच का? आपल्या पण आयुष्यात असाच झोत उठतोय. आपलं सारं जीवन थरथरुन झोडतोय. आता मात्र आपण हलायचे नाही. थरथरायचे नाही. कांहीही होवो एकटीनं झुंज द्यायची. पण कुणी आणला हा झंझावत आपल्या आयुष्यात? आईबाबांनी? विजयनं? की आपण स्वतः? कांही केल्या तिला उत्तर सापडतं नव्हते.

कालचं तीचा पती विजय तिला घरी न्यायला आला

होता. पण तिने साफ नकार दिला. विजयने बराच वेळ तिची समजूत घालून पाहिली. पण अखेरपर्यंत ती बधली नाही. अखेर तो थकला. मग हिरमुसला होवून परत मुंबईला निघून गेला. सीता लग्न झाले तेव्हा अठरा एकोणीस वर्षाची होती. तांबूस गोरी, जरा बुटकीशी, अंगपिडानं भरलेली. अंबाड्यात अबोलीचा गजरा. त्यावर पिवळा धमक त्रिकोणी तुरा. नाकात नथ, कानात बुगडया, कपाळावर ठसठशीत कुंकुम तिलक. अंगावर भरजरी शालू. अगदी चवळीच्या शेंगेवाणी दिसत होती.

रिक्षातून पहिल्यांदा अरलूलकरांच्या दारात उतरली तेव्हा आजूबाजूच्या बायकांनी विजयला बायको झाक मिळाली. म्हणत तिचं तोंडकौतुक केलं होतं. विजय पण देखणी बायको मिळाल्याने स्वतःवर खूष होता.

सीताच्या माहेरी सांगलीत जेमतेम परिस्थिती, बाबांची रिटारमेंट, घरात ती धरुन तीन भांवडे, शिक्षणाला पैसा नाही म्हणुन १२ वीतच तिचे लग्न झाले. सीताच्या सासरी साताऱ्यात ही तीच अवस्था. नुकतीच कुठे विजयला मुंबईला एका खाजगी कंपनीत नोकरी लागली होती. तोही मुंबईत पेंईंगगेस्ट म्हणुन राहत होता.

लग्नानंतर आठ दिवस सुखात गेले. मग लग्नासाठी काढलेली रजा संपल्याने विजय मुंबईत परतला. साताऱ्यात सासू सासऱ्याजवळ घरकाम करीत सीता दिवस कंठत राहिली.

विजयला सुरुवातीला मुंबईची हवा न लागल्याने त्याची नोकरी सरळ मार्गाने चालली होती. साधाभोळा विजय सुरूवातीला सहकाऱ्यांचा करमणूकीचा विषय

असायचा. सुरूवातीला ऑफीसात त्याला सारेजण "मोग्या" म्हणायचे. मोग्या म्हणजे टेम्परररी क्लार्क. पण विजय जिद्दी होता. आपल्या कामावर त्याची निष्ठा होती. त्याचेकडे सोपविलेले कुठलेही काम तो बिनचूक व वेळेत पूर्ण करायचा. स्वभावही लाघवी.

थोड्याच काळात "मोग्या" चा विजय बनला. त्याची टेम्परररी नोकरी कायम झाली. त्याला पगारवाढ मिळाली. कांही काळाने फ्लॅटसाठी कंपनीने कर्ज मंजूर केले. नवा फ्लॅट मिळताच "सीता" सातारा सोडून मुंबईत आली. त्यांच्या संसार वेलीला "अर्थव" आणि "जुई" अशी दोन फुलेही फुलली.

विजयला आता मुंबईत हवा लागली होती. त्याच्या अंगावर फॅशनेबल कपडे झळकू लागले होते. सहकाऱ्यांबरोबर दारुच्या पार्टर्याही झडत होत्या.सारं काही बदलत चालले होते. बदलली नव्हती ती फक्त सीता. अजूनही ती अजागळ, गबळी आणि भाबडीच होती. मुंबईतल्या फॅशनेबल बायकांसारखी ती वागत नाही याची खंत विजयला होती. अशा फॅशनेबल तरुणीसारखी आपली बायको असती तर...... नकळत त्याच्या डोक्यात विचार चमकायचा.

असेच एकदां ऑफीसच्या कामातून त्याची ओळख मारियाशी झाली. मारिया म्हणजे टंच भरलेला देह. गोरपान शरीर. त्या शरीराच्या कणाकणात तारुण्याचं तेज विलसत होतं.तिच्या शरीराच्या गोलाईला धार होती. तिच्या नसानसात ऊब भरली होती.त्यात नशा होती.

मारियाला पाहताच विजयच्या डोक्यात ब्रह्मांड नाचू लागले. कित्येक दिवसाची भूक किंचाळू लागली.

हरवलेली त्याची नजर तिच्या देहाची दाही दिशांनी वेध घेवू लागली.पाखरु जाळ्यात अडकल्याची जाणीव नखरेल मारियाच्या मादक नजरेला झाली. तिने हसतच विजयकडे नेत्रकटाक्ष टाकला. मग ओळख मग ओळखीचे रुपांतर खोट्या प्रेमात आणि देहाच्या कणाकणात.

आता विजय संसार विसरला. नोकरीवरीलही त्याचे लक्ष उडाले. तो सदा सर्वकाळ मारियाच्या फ्लॅटवरच पडून असायचा. नैतिक, अनैतिक मार्गाने पैसा गोळा करुन तिचे वरच उधाळायचा.

मारिया मात्र एवढाशा कमाईवर खूष नव्हती. तिला विजयचा फ्लॅट व त्याचेवर पूर्ण् हक्क हवा होता. त्यासाठी तीने विजयकडे लग्नाचा तगादा लावला. विजय मनोमन सीताला सोडायला तयार नव्हता. पण मारियाशीही त्याला नाते तोडायचे तयार नव्हते. अखेर विजयने मारियाशी चोरून लग्न केले. या चोरट्या लग्नाची कुणकुण सीताला लागली. त्यातून सीताच्या कुंटुबात वादळ उठले. विजय पिवून तर्रर होवून घरी येवू लागला. नशेतच बायकोमुलांना मारझोड करु लागला. विजयच्या दुसऱ्या लग्नाची बातमीही गल्लीमोहल्ल्यात पसरली.

मारिया विजयची रखेल नव्हे तर दुसरी बायको आहे. विजयने दुसरे लग्न केले असलेचा स्फोट ऑफिसात झाला. कुणीतरी पोलिसात तक्रार दिली. पोलीस तपास सुरु झाला. विजयने मारियाला मैत्रीण असलेचे सांग, मला कायद्यातून वाचव म्हणून पदोपदी विनवले. मात्र तिने आपणच विजयची बायको असलेचे ठणकावून सांगितले. गुपचूप केलेल्या लग्नाचे फोटो उघड उघड

पोलिसांचे हाती सोपविले.

त्या रात्री पिवून फुल्ललोड होवून घरी आलेला विजय गेला ते थेट बेडवरच. मुले झोपल्यावर सीता बेडवरती आली. दोघेही दोन दिशाला तोंड करुन बेडवर पहुडले होते. कुणीच कुणाशी बोलत नव्हते. घरात आलेल्या झंझावाताने सारे घर सैरभैर झाले होते. मग विजयनेच सुरुवात केली. "सीता! आता माझी नोकरी जाणार. व्दिभार्या प्रतिबंधक कायद्याखाली मला शिक्षाही होवू शकते. मारियाने मीच लग्नाची बायको असलेचे सांगून फोटोही पोलिसात दिलेत. मी चुकलो. तुला मारले, तुला छळले, मला क्षमा कर. आता आपले कसे होणार?" असे म्हणत तो ढसा ढसा रडू लागला. सीता मात्र गप्प होती. सारी रात्र तळमळत होती.

सकाळी विजय ऑफिसला गेला. मग मुलेही शाळेला गेली. दुपारी पोलिस चौकशीला आला तेव्हा सीता एकटीच होती. हवालदाराने दारातूनच विचारले, "विजय देशपांडे इथेच राहतात कां?"

सीता हो! इथेच राहतात.

हवालदार मग आंत येत म्हणाला, "नमस्कार! वहिनी! विजयने दुसरे लग्न केले आहे. ती मारिया आपणच विजयची बायको असलेचे सांगते. तिने लग्नाचे फोटो पण दाखविले."

सीताः "हे पहा तुमचा कांही तरी गैरसमज झाला आहे. मारिया खरे तेच सांगते आहे. तीच विजयची पत्नी आहे. मी त्यांची रखेल आहे."

हवालदारः "वहिनी! काय बोलताय तुम्ही......"

पोलीस हवालदार चकीत झाला.

सीताः “खरे तेच सांगतेय.”

पिंजारलेले केस, कष्ट करुन थकलेले, क्रश झालेले शरीर, खोल गेलेले डोळे, ठिगळ लावलेली साडी, दीनवाणे पणे पाहणारी तिची नजर, नवरा बायको, त्यांच्या बछड्याचा दिमाखात भिंतीवर टांगलेला फोटो यातील कुठलेही लक्षण दाखवत नव्हते. ते रखेलीचे घर असलेच. पण बाईच स्वतः सांगते. नोंद तर केलीच पाहिजे.

शेवटी सीताने विजयला वाचविले. सीताच्या उपकाराच्या ओझ्याखाली दबलेला विजय आतुरतेने आला तिच्या भेटीसाठी. पण तोपर्यंत सीता दोन्ही मुलांना घेवून माहेरी सांगलीला परतली होती. आता सीता एका दुकानात विक्रेती बनून आपला चरितार्थ चालवित होती. तिच्या या वागण्याने विजय मात्र चकीत झाला होता. त्याला हे कळत नव्हते की, सीतामुळेच आता सर्व ठीक झाले असताना सीताला संसार सोडण्याचा हा मुर्खपणा कां सुचावा?

विजयला याचे उत्तर सापडत नव्हते. कदाचित तुम्हाला या प्रश्नाचे उत्तर सापडते कां? ते पहा बरं?.

१४
मूल

सिंधू प्रथमच मुंबईत येत होती. धडधडत्या लोकल गाड्या, रस्त्यातून वाहणारा गर्दीचा महापूर, कुणीच कुणाशी न बोलणारी, भराभरा चालणारी, तुरु तुरु पळणारी माणसं, रंगीबेरंगी माणसं, झ्याकपाक बायाबापड्या, ही माणसांची गर्दी पाहून ती घाबरली होती, गुदमरली होती, हबकली होती. गर्दीत विजयचा पकडलेला हात तिने गच्च आवळून धरला होता. सिंधू तशी विजयची दुसरी बायको. त्याच्याच गावची गरीबाची पोर.

विजयची पहिली पत्नी सुरेखा मुंबईचीच धनाढ्य विधवेची एकुलती एक लेक. घरी दोघी मायलेकींचे जग या जगाला पुरुषी आधार हवा म्हणुन आईने लिलावती बाईनी विजयची निवड केली होती. हेतु हा कि कष्टाळु प्रामाणिक तरुण आपल्या कुटूंबाचा आधार बनावा. खरं तर लिलावतीबाईना तो घरजावई म्हणूनच हवा होता. विजयला मात्र हा प्रस्ताव मान्य नव्हता. लेकीच्या सुखासाठी लिलावतीबाईनी मग आपला प्रस्ताव मागे घेतला. त्यानंतर सुरेखा विजय यांचे शुभमंगल झाले.

विजय सुरेखाचा संसार सुखाने सुरु झाला. विजय सुरेखाची काळजी घेत होता. तिच्या आवडी निवडी जपत होता. त्यांच्या सुखात आता आणखी भर पडणार होती. सुरेखाने आपल्याला दिवस गेल्याचे आणि घरात छोट्या बाळाचे आगमन होणार असल्याची गोड बातमी जेव्हा विजयला सांगितली. तेव्हा आनंदातिरेकाने बेभान झालेला विजय सुरेखाला खांद्यावर घेऊन घरभर नाचला होता. आता तर तो तिला अधिकच जपू लागला होता.

नियतीच्या गतीमध्ये कोणालाच बदल करता येत नाही हेच खरं. अचानक गरोदर पत्नीला सोडून विजयला कंपनीच्या कामासाठी अमेरिकेला जावे लागले. विजय गेल्याने सुरेखा माहेरीच आईकडे रहायला आली. सुरेखा जरी विजयपासुन हजारो मैल दूर असली तरी ई मेल, चॅटींग, एसएमएस आणि फोन यामुळे सतत एकमेकांच्या संपर्कात ते राहात. चॅटींग करताना कॅमेऱ्यातून सुरेखाला दिसणारा विजय अन विजयला दिसणारी सुरेखा दोघांनाही नजर भेटीचे सुख देत होते. दररोजच्या व्हाइस चॅटिंगवर चालणाऱ्या गप्पामुळे आपण एकमेकांपासून फार कुठे दूर आहोत असे त्यांना जाणवतच नव्हते.

विजय अमेरिकेत जावून बराच काळ झाला तरी तिथले कंपनीचे काम संपतच नव्हते. इकडे सुरेखाचे दिवस भरले होते. लिलावतीबाईनी तिचे दवाखान्यात नाव नोंदविले होते. डॉक्टरांकडून तपासणीही झाली होती. त्या रात्री अचानक तिला वेदना सुरु झाल्या. काही केल्या त्या थांबेनात मग लिलावतीबाईंनी तिला तातडीने हॉस्पीटलमध्ये दाखल केले. सुरेखाने गरोदरपणात जी

काळजी घ्यायला हवी होती, जो व्यायाम करायला हवा होता तो न केल्याने तिची प्रकृती बिघडतच गेली. आधीच अशक्त त्यात रक्तस्त्राव झाला. काळ कधी सांगून येत नाही म्हणतात तेच खरं. ध्यानीमनी नसताना सुरेखा हे जग सोडून अचानक निघून गेली.

विजय भारतात परतायच्या आंतच सारे संपले होते. आपली लाडकी लेक गेली, आपल्या आयुष्याचा आधार गेल्याने, लिलावतीबाई निराश होत्या. त्यांचेवर आकाशच कोसळले होते. मुलगीच गेली आता कोण जावई? अन् कसला संसार? विजयने लिलावती बाईच्या घरात पाऊल टाकले तेव्हा त्यांनी त्यांचे थंडे स्वागत केले. सुरेखा अचानक कशी कोमात गेली अन तिचे जीवन संपले हे त्यांनी सांगितले. हे सांगताना दुःखाचा बांध फुटून त्या ढसाढसा रडत होत्या. त्यांचे कसे सांत्वन करावे हेच विजयला समजत नव्हते. एक मात्र खरे कि बोलताना, वागताना त्यांची नजर चोरटी वाटत होती. तरीही त्यांचे दुःख त्यातच अविश्वास कसा दाखवायचा म्हणून विजय गप्प होता.

काळाबरोबर विजय लिलावतीबाई यांच्या नात्यातील दरी रुंदावत चालली. सुरुवातीपासून अंतर राखून वागणारे जावई सासूमधील नातं सुरेखा नावाचा दुवा गेल्याने लोप पावत गेले. एक दिवस विजय ऑफिसच्या गेटच्या बाहेर उभा असताना त्याला लहान मुलाच्या रडण्याचा आवाज ऐकू आला. पाहतो तर कोपऱ्यातील झाडाखाली तान्हुल्याला रडतोय म्हणून त्याची आई पदराखाली घेत होती. सुरेखाने बाळाला जन्म दिला असेल का? जर बाळाने जन्म घेतला असेल तर

सासूबाईंनी आपणास बाळाविषयी सांगायला हवे होते. त्यांनी काहीच कसे सांगितले नाही. आपणही त्यांचे दुःख मोठे समजून आपणही गप्प राहिलो. असो बाळ जिवंत असते तर त्या नक्कीच बोलल्या असत्या असे मानून विजयने तो विचार झटकला.

काळ बदलत चालला होता. सुरेखा गेल्याने तिची जागा सिंधूने घेतली. जुन्या स्मृती विसरत सिंधूबरोबर नवा संसार सुरु केला. लग्नाला आता वर्ष होत आले होते. सिंधू पण आता लालबागच्या चाळीतील विश्वात रमली होती.

त्या दिवशी विजयचा जुना मित्र प्रकाश घर शोधत आाला. बऱ्याच वर्षांनी दोघांची गळाभेट झाली. जुन्या स्मृतींना उजाळा मिळाला. घरातच जेवणाचा फक्कड बेत आखला होता. विजय प्रकाशला आग्रह करुन सिंधूला वाढण्यास सांगत होता.

तेव्हा मध्येच प्रकाशने प्रश्न केला, काय वहिनी? पुन्हा पाळणा हलतोय की नाही या घरात? आमचा मित्र दुर्लक्ष तर करीत नाही ना?

सिंधूने उत्तर द्यायच्या आधीच विजय म्हणाला, अजून तरी मूल होईल असे चिन्ह नाही पाहूया शेवटी ईश्वराची इच्छा!

तो प्रकाश पुन्हा म्हणाला. मग विजय तुझा मुलगा तू कां आणात नाहीस घरी? वहिनींचा विरोध तरी नाही नां?

त्याच्या या वक्तव्याने विजय अन् सिंधू दोघेही चकीत झाले. मग विजयनेच विचारले, माझा मुलगा?

प्रकाश मग ठामपणे म्हणाला अरे असे काय

विचारतोयस? तुझाच मुलगा! पाहिल्या सासूच्या घरात वाढतो आहे. तूच सांभाळण्यासाठी ठेवलास ना त्यांच्याकडे?

विजयने आश्चर्यवकीत होवून पुन्हा विचारले, तू हे काय बोलतोयस? कुणी सांगितले हे तुला?

त्यावर प्रकाश म्हणाला, तुझ्या पहिल्या सासूच्या शेजारी माझी थोरली बहिण राहाते. तिथे गेल्यावर तुझ्या विषय निघतो. प्रत्यक्ष डोळयांनी पाहिला आहे मी त्याला. चक्क तुझ्यासारखाच बोलण्यात, वागण्यात एवढेच काय चेहरेपट्टी सुध्दा तुझ्यागतच. मला वाटले आजीने प्रेमाने ठेवून घेतला असेल म्हणून मी फारशी चौकशी केली नाही.

आता मात्र विजयला स्वस्थ बसवेना. प्रकाशला घेवून त्याने सासूरवाडी गाठली. प्रकाश विजयला घेवून बहिणीच्या घराकडे जात असताना दारातच मुले खेळत होती. एका मुलाकडे बोट दाखवून प्रकाश म्हणाला तो पहा तुझा मुलगा!

विजय पण आश्चर्यने त्या निरागस बालकाकडे पाहात होता. जणू त्याचीच छोटी प्रतिकृती होती ती. चालणे, बोलण्याची ढबही त्याचेसारखीच. वात्सल्याने त्याचे हृदय भरून आले.

विजय तडक घरात घुसला. अचानक दारात जावयाला पाहून त्य लिलावतीबाई हडबडल्या, “काय? बऱ्याच दिवसांनी आलात? कसे काय वाट चुकली?” लिलावतीबाईनी आश्चर्याने विचारले.

आलोय! माझ्या मुलाला न्यायलाः विजय.

कुठे असतो तुमचा मुलगा? (चमकून) लिलावतीबाई.

इथेच की तुमच्या घरात! विजय.

त्यासरशी लिलावतीबाई संतापल्या जरा फणकाऱ्यानेच त्या म्हणाल्या काय वाटतच कां बोलायला? तो मुलगा मी दत्तक घेतला आहे. तुझा पोर तर त्याच्या आईबरोबरच गेला. आता आलास दोन वर्षानी चौकशीला............चालता हो माझ्या घरातून.

दोघात मुलावरुन वादावादी झाल्याने दारात गर्दी गोळा झाली. मुलाच्या हक्कासाठी शेवटी प्रकरण कोर्टात गेले. मुलाचे हक्कासाठी जावई सासूतील वाद न्यायालयात गेल्याने वृत्तपत्रातूनही त्याला जोरदार प्रसिध्दी मिळाली. त्यानंतर मुलाची व वडिलांची डी.एन.ए. चाचणी झाली. दोन्ही बाजूच्या वकीलांनी आपला आपला युक्तीवाद मांडला.

खटल्याचा निकाल. न्यायालय गर्दीने फुलले होते. वकीलांची अनुमती घेवून न्यायमूर्ती निकाल पत्राचे वाचन करणार तोच प्रतीवादीच्या वकीलाने तडजोडीसाठी अर्ज दिला. न्यायमूर्ती दोन दिवस कामकाज पुढे ढकलले.

आज निकालाचा दिवस. विजय सकाळी वकीलांना भेटण्यास जाणेसाठी तयारी करीत होता. तोच दारावरची बेल वाजली. सिंधूने जावून दरवाजा उघडला तर दारात लहान मुलगा व एक वृध्द आजी. पूर्वी न पाहिल्याने सिंधू गोंधळली.

"आहेत कां आमचे जावईबापू घरात." : लिलावतीबाई.

लिलावतीबाईची आवाज ऐकून विजय चकीत झाला. झटकन आंतल्या खोलीतून बाहेर आला तो त्यांना बसा म्हणायचे आधीच लिलावतीबाई बोलू लागल्या.

“जावईबापू! सुरेखा गेली अन् माझ्या आयुष्याचा आधार गेला. तीच मूल आता आपणच वाढवावे, त्याला मोठे करावे. त्याच्यातच सुरेखाचे रुप पाहावे म्हणून मी सांभाळीत होते. पण जसा तो सुरेखाचा मुलगा आहे तसा तो तुमचाही आहे. आई नाही निदान पुढे बापाचा आधार राहिल म्हणून तुमच्याकडे सुपूर्द करते. जीवापाड जपलंय मी त्याला. सांभाळा बरं का माझ्या राजाला म्हणत त्यांनी विजयच्या ताब्यात मुलाला दिले.”

लिलावतीबाईनी जोराचा हुंदका दिला. कांही समजायच्या आंत त्या तिथून निघूनही गेल्या.

१५
स्वेच्छाधारी बाबा

सकाळचा नाष्टा, चहा उरकुन कोचावर पेपर घेवून बसतो न बसतो तोच दारावरची बेल वाजली. एवढ्या सकाळी कोण आले असेल? दार उघडतो तर शेजारचा गणू दारात उभा एका हातात नारळाचे भक्कल तर दुसऱ्या हातात बत्ताशे, चिरमुरे, पेढयाचा पुडा. गणूच्या कपाळावर भला मोठा टिळा.

आंत येताच गणू म्हणाला, “दादा ! हा घ्या बाबांचा प्रसाद. स्वेच्छाधारी बाबांचा प्रसाद. शिंद्यांचे वाड्यात उतरलेत. दर्शनाला नुसती हीऽऽ गर्दी.”

गणूचे बोलणे अजून पूर्ण व्हायचे तोच सौ. नी आंतून आवाज दिला, “अहो अैकलेत कां ? आपण पण जावू या का बाबांच्या दर्शनाला ? दर्शनाला भली मोठी रांगा लागलीय म्हणे! मोठे सिध्दीपुरूष आहेत ते!”

सौ. चे बोलणे पूर्ण व्हायच्या आंत ते तोडून मी प्रतिप्रश्न केला, “तुला कसे कळले सिध्दीपुरूष आहेत ते म्हणून?”

तशा सौ. जरा फणकाऱ्यानेच उतरल्या, “तुम्हाला नसेल माहिती पण साऱ्या सांगलीला माहिती आहे, बाबा

पूर्वी साखर कारखान्यावर वॉचमनची नोकरी करीत होते. त्यांना सिध्दी प्राप्ती झाली अन्‌ मग त्यांनी अनेक कारखाने खरेदी केले. गोरगरिबांसाठी मोफत दवाखाने, हॉस्पीटल सुरू केली. गरीबांच्या मुलांसाठी शाळा, कॉलेजीस सुरू केली. त्यांच्या दर्शनाला मंत्री, राजकरणी, उद्योगपती येतात. आता तुम्हीच मला सांगा ज्यांचे मंत्र्यांशी, उद्योगपतींशी, बड्या लोकांशी अन्‌ प्रत्यक्ष परमेश्वराशी संबंध आहेत त्याच्या पेक्षा या समाजात आणखी मोठा तरी कोण?”

सौ. च्या या मार्मिक विश्लेषण अन्‌ प्रश्नाने क्षणभर मी चकीत झालो. पण बायकोपुढे हार मानणाऱ्यांपैकी मी नव्हतो. त्यावर मी ताडकन म्हणालो, तुझे हे सारे म्हणने मान्य. पण मला सांग हे बाबा खरे खुरे बाबा आहेत कां? दुसऱ्या कुठल्या भानगडीतले हे बाबा नसतील कशावरून? आजकाल अनेक प्रकारचे बाबांचे समाजात पेव फुटले आहे. त्यामुळे समाजच आज गोंधळला आहे. कुठल्या बाबाकडे पाहिले की असे वाटत नाही, तो सेक्स रॅकेट चालविणार आहे, तो नोटा दुप्पट करून देणारा आहे, मंत्र तंत्र करून भूतबाधा घालविणारा आहे, टी.वी. चॅनेलवर प्रवचने देवून टीआरपी वाढविणारा आहे. मुलबाळ होण्यासाठी गंडेदोरे देणारा आहे, कायद्याला कस्पटा समान मानणारा आहे. स्त्री भक्तांना डोळा मारणारा आहे. सत्ताधारी राजकारण्यांशी लांगेबांधे ठेवून आपली पोळी भाजून घेणारा आहे. पॉश कॉलनीतील आधुनिक बंगल्यात आश्रम थाटणारा आहे, कांही बाबा तर खून बलात्काराच्या आरोपात अडकले आहेत तर कांही बाबांनी सरकारी जमिनी हडपल्या आहेत. जर या

बाबाच्या पवित्र शरीराला असले कुठले स्कँडल लागले नसेल तर जावू या ना त्यांच्या दर्शनाला. तसे असेल तर आपण आपले पापाचे गाठोडे त्यांचे चरणी अर्पण करून या अन् त्यांची पुण्याईने भरलेली रंगीबेरंगी पिशवी घरी घेवून येवू या.

माझ्या या सडेतोड वक्तव्याने सौ. क्षणभर सटपटली. पण तरीही तशी ती ही खमकी होती. हार तर अजिबात मानणारी नव्हती. ती लगेच उदाहरणे देऊन म्हणाली, खरे असल्याशिवाय कां सरकारने त्यांचेसाठी सुरक्षा व्यवस्था पुरविली आहे. त्यांना भेटायला उगीच कां इतकी गर्दी उसळते. सरकारी अधिकारी तर त्यांच्या भेटीची वेळ मागून घेत असतात. त्यांच्या बायकासुध्दा बाबाना भेटायला उतावळ्या असतात. बडे बडे राजकीय नेते सुध्दा लव्याजम्यासह भेटीला येतात. त्यांचे आर्शिवाद मागतात. त्यांचे पुढे पांढरे पैसे वाले, काळे पैसेवाले सारेच नतमस्तक असतात. मोठ्या पदाची अपेक्षा असणारे, त्यांच्या पादुका उचलून मागे फिरतात तर मोठ्या पदांवर असणारे त्यांचा चिमटा वाजवित मागे मागे धावतात. कित्येक भक्त दक्षिणा भरलेली सुटकेस घेऊन त्यांचे भेटीसाठी त्यांच्या दारात तिष्टत उभे असतात.

एवढे भराभरा बोलल्याने सौ. ला एकदम धाप लागली मग बोलण्याची थांबली. मग पेलाभर पाणी प्याली, नेमका या संधीचा मी लाभ उठविला. लगेचच मी प्रश्न केला, जर ते खरे खुरे बाबा आहेत. भक्तांचे कल्याण करतात तर मग परमेश्वराच्या या भक्ताला सरकारी अन् खाजगी सुरक्षा व्यवस्थेची गरज काय ? बंदुकधारी उगीच कशाला त्यांचे मागे पुढे फिरतील? जर बाबांचा जीव धोक्यात असेल? बाबाच जर संकटात असतील तर

मग त्यांचा परमेश्वर कसा सुरक्षित राहणार ? एक वेळ राजकारण्यांच्या जीवाला धोका असतो हे मान्य मात्र सर्व संग परीत्याग केलेल्या बाबांचे जीवाला कसला आलाय धोका?

त्यावर सौ. तुम्हाला कळत कस नाही असा आर्विभाव करत म्हणाली सुरक्षा रक्षक नसतील तर बांबांचे महत्व कसे वाढणार? मोठी सुरक्षा व्यवस्था नसेल तर हे बाबा मोठे बाबा आहेत हे लोकांना कसे समजणार?

सौ. च्या उत्तरावर मग मीच विचार करु लागलो हे बंदुकधारी बाबा खरे की निर्जनस्थळी अरण्यात कंदमुळे खावुन तप करणारे बाबा खरे?

इतका वेळ आमची चर्चा ऐकत उभा असलेला गणुने मग मलाच हाक दिली. "दादा"! जातो अजुन बऱ्याच घरी प्रसाद पोहचवायचा आहे.

लेखक परिचय

अशोक मेहता हे हिंदी आणि मराठी पत्रकारितेत पंचेचाळीस वर्षांहून अधिक अनुभव असलेले संपादक-पत्रकार आहेत. त्यांच्या कथा आणि लेख भारतातील विविध मासिके आणि वर्तमानपत्रांमध्ये प्रकाशित होतात.

त्यांच्या पत्रकारितेच्या कारकिर्दीत त्यांना असे अनेक लोक भेटले ज्यांच्या जीवनकथा पूर्णपणे वेगळ्या होत्या, ज्यामुळे त्यांना अनिर्वेद लिहिण्याची प्रेरणा मिळाली.

त्यांच्या मोकळ्या वेळेत त्यांना संगीत ऐकणे, वाचन करणे, आणि प्रवास करणे आवडते.

www.ingramcontent.com/pod-product-compliance
Lightning Source LLC
Chambersburg PA
CBHW021357240825
31589CB00032B/376
9798899067105